D1764135

சந்தியா
பதிப்பகம்

வெ.நீலகண்டன்

தஞ்சாவூர் மாவட்டம் பேராவூரணிக்கு அருகில் உள்ள முடச்சிக்காட்டைச் சேர்ந்தவர். 20 ஆண்டுகளுக்கும் மேலாக இதழியல் துறையில் பணியாற்றிவரும் இவர், தற்போது ஆனந்த விகடனில் துணை நிர்வாக ஆசிரியராக உள்ளார். பண்பாடு, உணவு, மரபு, இசை, கலை, வாழ்வியல் சார்ந்து 25க்கும் மேற்பட்ட நூல்களை எழுதியுள்ளார். சந்தியா பதிப்பக வெளியீடாக வந்துள்ளன இவரது ஊர்க்கதைகள், உறங்காநகரம், அந்தர மனிதர்கள், தமிழர் வாழ்வு, தென்னிந்திய வட்டார உணவுகள் ஆகிய நூல்கள் வாசகர்கள் மத்தியில் பெரும் வரவேற்பைப் பெற்றுள்ளன.

முதல் முகவரி

வெ. நீலகண்டன்

சந்தியா பதிப்பகம்
சென்னை - 83

சமர்ப்பணம்

நான் துவளும்போதெல்லாம்
தோள்தட்டி உற்சாகப்படுத்தி நகர்த்துகிற
என் மனைவி
ஹேமாவதிக்கு...

கடந்த காலத்திலிருந்து நிகழ்காலத்துக்கான பயணம்!

சென்னை இப்போதும் பலருக்கு கனவு நகரமாகத்தான் இருக்கிறது. இந்த மாநகரை நோக்கி கிளம்பும் எல்லோருமே ஏதோவொரு கனவின் உந்துதலுடனே தங்கள் பயணத்தைத் தொடங்குகிறார்கள். ஆனால் சென்னை எல்லோருக்கும் பட்டுக்கம்பளம் விரிப்பதில்லை. ஒவ்வொருவருக்கும் ஒவ்வொருவிதமான அனுபவத்தைத் தருகிறது. விடாது போராடுகிற தினவும் திறமையும் கொண்டவர்கள் தங்கள் கனவை மெய்ப்பித்து பயணத்தின் நோக்கத்தை நிறைவு செய்து விடுகிறார்கள். பலர் அந்த கனவுக்காக தங்கள் வாழ்க்கையை முழுமையாக இழந்து வெளிச்சம் படாமலே முடிந்து போகிறார்கள்.

சென்னை ஆங்கிலேயர்களால் அடித்தளமிட்டு உருவாக்கப்பட்ட நகரம். பரதவர்கள் தவிர வெகுசில பூர்வகுடிகளே இங்கே வாழ்ந்தார்கள். பிற மக்கள் அனைவரும் ஏதோவொரு கனவின் உந்துதலில் இந்த நகரத்துக்கு வந்தவர்கள்தான்.

ஆதிக்க சாதிகளின் கொடுமைகளைச் சகிக்காமல், வேளாண்மை பொய்த்து கிராமத்தில் ஜீவிக்க முடியாமல் சென்னைக்கு வந்து 'பிளாட்பாரவாசிகள்' என்ற புதிய சமூக அடையாளத்தோடு சாலையோரங்களிலும் நகரத்தின் அழகுக்கு இடையூறு செய்பவர்கள் என்ற அடையாளத்தோடு கண்ணகி நகர், செம்மஞ்சேரியிலும் வாழ்ந்துகொண்டிருக்கிறார்கள் பலர்.

கோட்டூர்புரம் கூவக்கரையில் எண்ணெய் காணாத தலையோடும் பொலிவு தொலைத்த முகத்தோடும் பூ கட்டி விற்கிற வயது முதிர்ந்த பெண், பூரித்து நின்ற காலத்தில் சிவாஜியோடு டூயட் பாடவேண்டும் என்ற கனவோடு சேலத்தில் இருந்து எவருக்கும் சொல்லாமல் சென்னை கிளம்பி வந்தவர். அந்தக் கனவே அவரின் வாழ்க்கையை கலைத்துப் போட்டுவிட்டது. இறுதிவரை சிவாஜியை அவரால் பார்க்கக்கூட முடியவில்லை. ஆனால் பார்க்கக்கூடாத கொடூரத்தையெல்லாம் பார்த்துவிட்டார்.

பாண்டிபஜார் பெருமாள் கோயிலில் நீண்ட தாடியும் அடர்ந்த மீசையும் கலங்கிய கண்களுமாக தளிகை செய்துகொண்டிருக்கும் ராதாகிருஷ்ணன், மதுரை அழகர்கோயிலில் சுவாமிக்கு பூஜை செய்துகொண்டிருந்தவர். சினிமா ஆசை அவரை சென்னைக்கு இழுத்து வந்துவிட்டது. 'ஆகச்சிறந்த ஒரு தமிழ்ச்சினிமாவை எடுத்துவிடுவது' என்ற கனவோடு சென்னைக்குள் காலடி எடுத்து வைத்தவரின் வாழ்க்கையை இந்த நகரம் கலைத்துப்போட்டு விட்டது. இளமையையும் வளமையையும் இழந்த பிறகும்கூட 'ஜெயிப்போம்' என்ற ஒற்றை நம்பிக்கையோடு அவர் இன்னும் கதவுகளைத் தட்டிக்கொண்டே தான் இருக்கிறார்.

ஆனால் பூவிற்கிற முதிர்பெண்ணுக்கும் ராதாகிருஷ்ணனுக்கும் வாய்க்காத வெற்றி, வேறு சிலருக்கு சாத்தியமாகியிருக்கிறது. எந்தப் பின்புலமும் இல்லாமல் சென்னைக்குக் கிளம்பிவந்த பலர் பல்வேறு துறைகளில் இன்று முன்மாதிரியாக வளர்ந்திருக்கிறார்கள்.

அவர்களுக்கும் சரிவு நிகழ்ந்திருக்கிறது. பசி துரத்தியிருக்கிறது. பட்டினி பழகியிருக்கிறார்கள். அழுகை, இழப்பு, அவமானம் என எல்லாத் துயரங்களையும் அனுபவித்திருக்கிறார்கள். எல்லாவற்றையும் கடந்து வெற்றியைக் கைப்பற்றியிருக்கிறார்கள்,

அதுமாதிரியான மனிதர்களின் வெற்றிக்கதைகளைத்தான் இந்த நூல் உள்ளடக்கமாகக் கொண்டிருக்கிறது. கோட்டூர்புரத்தில் பூ விற்கும் பெண்ணுக்கும் பாண்டிபஜார் பெருமாள் கோயிலில் தளிகை செய்துகொண்டிருக்கும் ராதாகிருஷ்ணனுக்கும் வாய்க்காத வெற்றி இவர்களுக்கு எப்படி வாய்த்தது என்ற கேள்விக்கு அவர்களின் வாழ்க்கையே பதிலாக இருக்கும்.

சென்னைக்கு ஒரு உளவியல் உண்டு. முதன்முதலாக சென்னைக்கு வருபவர்களின் இரவுப்பொழுது அச்சம், ஏமாற்றம், வியப்பு, மிரட்சி கலந்த ஓர் உணர்வுடன்தான் கழியும். அந்த அனுபவத்தைத் தாக்குப்பிடிக்க முடியாமல் சென்னையே

வேண்டாம் என்று தலைதெரிக்க ஓடிப்போனவர்கள் பலர். தன்னைநாடி வருபவர்களுக்கு, தன்னைத் தகவமைத்துக்கொள்கிற தைரியமும் நம்பிக்கையும் இருக்கிறதா என்று சென்னை மாநகரம் வைக்கிற தகுதித்தேர்வுதான் முதல்நாள் இரவுப்பொழுதைக் கழிக்கிற அனுபவம்.

சென்னைக்கு வருபவர்கள், முதல்நாள் இரவுப்பொழுதைக் கழிக்கும் இடமே இங்கு அவர்களுக்கான முதல் முகவரி. அங்குதான் அவர்களின் வெற்றிக்கான விதை விதைக்கப்பட்டது. அவர்களின் விரலைப் பிடித்துக்கொண்டு அந்த முகவரியில் இருந்து நகர்ந்து கடந்த காலங்களில் பயணித்து நிகழ்காலம் வந்து மீள்கின்றன இந்தக் கட்டுரைகள். அத்தனை பேரும் மனம் திறந்து தங்கள் ஏற்ற இறக்கங்களை, நிறை குறைகளைப் பதிவு செய்திருக்கிறார்கள். சென்னை மாநகரத்தின் பல முகங்களை இந்தக் கட்டுரைகளில் தரிசிக்கலாம்.

2013 காலக்கட்டத்தில் குங்குமம் இதழில் நான் எழுதிய தொடரின் முழுமையே இந்த நூல். வெற்றி பெற்றவர்களின் வழிகாட்டுதல்கள் எல்லாக் காலங்களிலும் நமக்குத் தேவையாக இருக்கின்றன. கொரோனா பெருந்தொற்றுக்குப் பிறகு, நம்பிக்கையின் தேவை அதிகமாகியிருக்கிறது. அதற்காகவே இந்த நூலை மீண்டும் உயிர்ப்பிக்கும் எண்ணம் வந்தது.

இந்த நூலில் இடம்பெற்ற பலர், இன்று மேலும் பல சாதனை இலக்குகளைத் தொட்டிருக்கிறார்கள். சிலர் காலமாகிவிட்டார்கள். அக்காலக்கட்டத்தில் எழுதியதை கூட்டவோ குறைக்கவோ செய்யாமல் அப்படியே நூலாக்கியிருக்கிறேன்.

இந்த நூலை வெளியிடும் சந்தியா பதிப்பகத்துக்கும் எப்போதும் என்மீது அன்பும் அக்கறையும் கொண்ட சந்தியா நடராஜன் சாருக்கும் நன்றிகள். நூலை வடிவமைப்பு செய்த தங்கைகள் மேனகாவுக்கும் பிரியாவுக்கும் நன்றியும் அன்பும். வாசிக்கும் உங்களுக்கு சிறு நம்பிக்கையை விதைக்குமானால் இந்த நூலை எழுதிய தருணம் உன்னதமானதென்று நம்புவேன்.

என்றும் அன்புடன்

வெ.நீலகண்டன்
ilamurasu@gmail.com

உள்ளே..

1.	ஏ.பத்மசிங் ஐசக் – ஆச்சி மசாலா	11
2.	அமீர் – இயக்குநர்	17
3.	அறிவுமதி – கவிஞர்	22
4.	சி.கே.ரங்கநாதன் – கெவின்கேர்	27
5.	ஆர். சந்திரமோகன் – ஹட்சன் அக்ரோ புரடக்ட்	32
6.	தேவிபாலா – எழுத்தாளர்	37
7.	வே. கணேசன் – பொன்னுச்சாமி ஹோட்டல்	43
8.	ஜாங்கிட் – காவல் அதிகாரி	47
9.	ச. நடராஜன் – 'ஜான்சன்ஸ்'	52
10.	பி.சி.ஜெயராமன் – ஸ்ரீ குமரன் ஸ்டோர்ஸ்	58
11.	கனல் கண்ணன் – நடிகர்	63
12.	கருணாஸ் – நடிகர்	68
13.	கஸ்தூரிராஜா – இயக்குநர்	73
14.	லிங்குசாமி – இயக்குநர்	78
15.	லிவிங்ஸ்டன் – நடிகர்	84
16.	நர்த்தகி நட்ராஜ் – பரதக் கலைஞர்	89
17.	பட்டுக்கோட்டை பிரபாகர் – எழுத்தாளர்	94
18.	பழநிபாரதி – கவிஞர்	99
19.	சடையாண்டி மூப்பனார் – போத்தீஸ்	104
20.	ராஜேஷ் – நடிகர்	109
21.	சமுத்திரக்கனி – இயக்குநர்	114
22.	சரவணன் – நடிகர்	121
23.	சசி – இயக்குநர்	126
24.	சசிகுமார் – இயக்குநர்	131
25.	தனபாலன் – தலைப்பாகட்டி பிரியாணி	137
26.	திருநாவுக்கரசு – வானதி பதிப்பகம்	142
27.	வியட்நாம் வீடு சுந்தரம் – கதாசிரியர், நடிகர்	147

ஏ.பத்மசிங் ஐசக்,
ஆச்சி மசாலா

C/o சரோஜா அக்கா,
7 செவன்த் மெயின்ரோடு,
திருவள்ளுவர் நகர்,
எருக்கஞ்சேரி, மூலக்கடை.

"மூத்த அண்ணன் ஆசிரியர். அடுத்தவர் மளிகைக் கடை வச்சு செட்டிலாகிட்டார். மூணாவது அண்ணன் எலக்ட்ரிக்கல் கடையில. நான் இது எதுலயுமே ஒட்டாம தனிச்சு நின்னேன். வித்தியாசமா ஏதாவது செய்யனும். படிக்கிற காலத்திலயே தனித்துவத்தை விரும்புறவன் நான். மத்தவங்க செய்றதை விட வித்தியாசமா ஏதாவது செய்யனும். ஆனா எங்க ஊருக்குள்ள உக்காந்துக்கிட்டு எதையும் செய்ய முடியாது. சென்னைக்குப் போனாதான் நான் நினைக்கிற மாதிரி வாழ்க்கையை அமைச்சுக்க முடியும். ஒருநாள் அம்மாக்கிட்ட சொன்னேன். பயந்துட்டாங்க. ஆனாலும் ஒரு நல்லநாள்ல பஸ் ஏறி சென்னைக்கு வந்துட்டேன். நான் இந்த தொழில்ல செட்டிலாகிற வரைக்கும் அம்மாவுக்கு என் எதிர்காலத்தைப் பத்தின பயம் இருந்துக்கிட்டே இருந்துச்சு.

திருநெல்வேலி பக்கத்தில நாசரேத் தான் எங்களுக்கு பூர்வீகம். அப்பா பேரு தேவசகாயம். அம்மா பேரு ப்ளோரா ஐசக். வசதியான குடும்பம்தான். நிறைய விவசாய நிலம் கிடந்துது. தாமிரபரணி புண்ணியத்தில முப்போகம் விளையிற

காடு. சொந்தமா, பெரிய வீடு இருந்துச்சு. நாங்க மொத்தம் ஆறு பிள்ளைகள். மூத்த அக்கா பேரு சரோஜா. அடுத்து, ராஜசிங், அகஸ்டின்னு ரெண்டு அண்ணன்கள். நாலாவது நான். அடுத்து ஆக்னஸ்ன்னு ஒரு தங்கை.

எனக்கு 12 வயசான போது அப்பா இறந்துட்டார். விவரம் தெரியாத வயசு. சலனமில்லாம தன் போக்குல ஓடிக்கிட்டிருந்த தண்ணியை அணை கட்டித் தடுத்த மாதிரி வாழ்க்கை தடுமாறி நின்னுடுச்சு. ஆனாலும் அம்மா சோர்ந்து போகல. தனியாளா நின்னு எல்லாத்தையும் தூக்கி நிறுத்தி சமாளிச்சாங்க.

அம்மாவைப் பத்தி நிறைய சொல்லலாம். அப்பா விட்டுட்டுப்போன கடமைகள் எல்லாத்தையும் தனி மனுஷியா செஞ்சு முடிச்சாங்க. நிறைய பிரச்னைகள். எல்லாத்தையும் எதிர்த்து நின்று சமாளிச்சாங்க. எங்க எல்லாருக்கும் அம்மாதான் ரோல்மாடல். ஒரு நிமிஷம்கூட சும்மா உக்காந்திருக்க மாட்டாங்க. உடம்புக்கு நல்லதுங்கிறதுக்காக நெல்லை உரல்ல குத்தி கைக்குத்தல் அரிசியால தான் சமைப்பாங்க. அவங்க கைமணம் யாருக்கும் வராது. அதே மாதிரி அம்மியில அவங்க மசாலா அரைச்சா நாலுதெரு தள்ளியும் மணக்கும்.

பிள்ளைகளையும் வயக்காட்டுல போட்டு காயவைக்கக் கூடாதுங்கிற எண்ணம் அம்மாவுக்கு. அவங்க ரொம்ப படிக்காதவங்களா இருந்தாலும், பிள்ளைகளை நல்லாப் படிக்க வைக்கணுங்கிறதுல உறுதியா இருந்தாங்க. ஆணு, பொண்ணு வித்தியாசம் இல்லாம எல்லாரையும் காலேஜ் வரைக்கும் படிக்க அனுப்புனாங்க.

எனக்கு அம்மாதான் உலகம். ரொம்ப அமைதியான பையன். யாருக்கிட்டயும் கூடுதலா ஒருவார்த்தை கூட பேசமாட்டேன். நாசரேத் மர்க்காசிஸ் ஐஸ்கூல்ல பிளஸ்டூ வரைக்கும் படிச்சேன். பள்ளிக்கூடம் விட்டதும் வயக்காட்டுலதான் பொழுதுபோவும். படிப்புல ரொம்ப ஆவரேஜ். ஆனா விளையாட்டில நிறைய ஆர்வம். வாலிபால், தடகளத்தில நிறைய பரிசு வாங்கியிருக்கேன்.

ஆதித்தனார் கல்லூரியில பி.பி.ஏ. படிச்சேன். நாசரேத்தில இருந்து திருச்செந்தூர் 16 கிலோ மீட்டர். இரண்டு ஊருக்கும் நடுவுல ஒரு ரயில் ஓடிக்கிட்டிருந்துச்சு. நான் காலேஜ்ல சேந்த நேரத்தில அந்த ரயிலை நிறுத்திட்டாங்க. வேற போக்குவரத்து வசதியும் இல்லை. அம்மா ஒரு சைக்கிள் வாங்கிக் குடுத்தாங்க. தினமும் 32 கிலோ மீட்டர் சைக்கிள் மிதிச்சேன். ஒரு வழியா கல்லூரிப் படிப்பு முடிஞ்சுச்சு.

கல்லூரி முடிச்சப்புறம் வாழ்க்கை கேள்விக்குறியா நின்னுச்சு. நிலங்களை பாத்துக்கிட்டு ஊர்லயே இருடான்னு சொந்தக்காரங்க சொன்னாங்க. ஆனா என்னோட இலக்கு வேற மாதிரி இருந்துச்சு. என்னை தனிச்சு அடையாளம் காட்டணும்.

சரோஜா அக்கா அப்போ சென்னையில தான் இருந்தாங்க. மாமா பால்தேவராஜ் துறைமுகத்தில செட்மாஸ்டரா இருந்தார். நேரா நாசரேத்ல இருந்து கிளம்பி அக்கா வீட்டுக்கு வந்திட்டேன்.

சென்னைக்கு வந்தாச்சு. ஆனா இந்த உலகம் நாசரேத் மாதிரி இல்லை. ரொம்பவும் அந்நியமா இருந்துச்சு. அக்கா புதுவீடு கட்டிகிட்டு இருந்தாங்க. அந்த வீட்டுக்கு சூபர்வைஸ் பண்ணி ஒரு வருஷத்தை ஓட்டுனேன். கிடைக்கிற ஓய்வு நேரத்தில சென்னையைச் சுத்திப் பார்க்க கிளம்பிருவேன். ஓரளவுக்கு சென்னை பழக்கமான பிறகு, வேலை தேட ஆரம்பிச்சேன்.

நானே எதிர்பாக்காத மாதிரி, கோத்ரெஜ் நிறுவனத்தில சேல்ஸ் ஆபீசர் வேலை கிடைச்சுச்சு. சோப்பு டிவிஷன்ல வேலை. எல்லாம் சேத்து 15 ஆயிரம் சம்பளம். திருநெல்வேலியில அப்பாய்மெண்ட். இன்னைக்கு என்னோட மொத்த வளர்ச்சிக்கும் இந்த வேலைதான் ‘பேஸ்’. திட்டம் போட்டு உழைச்சேன். குறிப்பிட்ட காலத்துக்கு முன்னாடியே டார்க்கெட்டை அச்சீவ் பண்ணுனேன். ரெண்டே வருஷத்தில சேல்ஸ் சூபர்வைசரா ப்ரமோஷன். எனக்கு கீழே 12 சேல்ஸ் ஆபீசர் இருந்தாங்க.

இந்த இடத்திலயும் என்னோட அணுகுமுறை வித்தியாசமாத் தான் இருந்துச்சு. மத்தவங்க, வித்தாப் போதுங்கிற மனநிலையில வேலையை முடிப்பாங்க. ஆனா நான் டிஸ்பிளே, ரீடெயில் சேல்ஸ் எல்லாத்துலயும் கவனம் செலுத்துவேன். கடைக்காரங்க அதிகம் விக்கிற பொருளுக்குத் தான் முக்கியத்துவம் குடுப்பாங்க. புதுசா ஒரு பொருளை மார்க்கெட்டுக்கு கொண்டு போகும்போது அவங்க சப்போர்ட் இல்லன்னா சக்சஸ் பண்ண முடியாது. அதனால, கடைக்காரங்ககிட்ட சுமூகமா இருப்பேன். அவங்க எதிர்பாக்கிறதுக்கும் மேலா சப்போர்ட் பண்ணுவேன்.

கோத்ரெஜ்ல ஜி.எம்மா இருந்த ஏ.கே.எஸ்.ராவ் தான் எனக்கு வழிகாட்டி. ரொம்ப சப்போர்ட்டா இருந்தார். தமிழ்நாட்டில முதல்செட் எம்.பி.ஏ முடிச்சவர். மார்க்கெட்டிங் நெளிவு சுழிவுகளை முழுமையா அறிஞ்ச மனிதர். அவர் சொல்றதை மத்தவங்க காதிலயே போட்டுக்க மாட்டாங்க. ஆனா நான் அப்படியே நடைமுறைப் படுத்திப் பாப்பேன். கோத்ரெஜ்ல நிறைவா வேலை

செஞ்சேன். அந்த வேலையில முழுசா திருப்தி வந்தபிறகு, நாமளே இதுமாதிரி ஏதாவது பொருட்களை செஞ்சு விக்கலாமேன்னு தோணுச்சு. எல்லாருக்கும் உகந்தமாதிரி, தினமும் யூஸாகிற பொருளா இருக்கனும். குறைஞ்ச விலையில கொடுக்கணும். தொடக்கத்திலயே இந்த மாதிரி பாலிஸி வகுத்துக்கிட்டேன். ரொம்ப காலம்தாழ்த்தாம செயல்ல இறங்குனேன்.

சொட்டுநீலம். இது தான் என்னோட முதல் தயாரிப்பு. 1 ரூபாய் விலை. டப்பாவுல வந்த, விலை அதிகமான சொட்டு நீலத்தை வாங்கி பயன்படுத்த முடியாத ஏழை மக்கள்கிட்ட என் தயாரிப்புக்கு அமோக வரவேற்பு கிடைச்சுது. எதிர்பார்த்ததை விட நல்ல ரெஸ்பான்ஸ்.

ஆனா, வெயில்காலத்தில நல்லா விக்கிற சொட்டு நீலம் மழைக்காலத்துல விக்காது. அதனால, நிரந்தரமா வியாபாரம் செய்ய வேறெதாவது மாற்று ஏற்பாடு செஞ்சாகனும். அஞ்சாறு வருஷம் சில சோதனை முயற்சிகள்ல ஓடுச்சு. எல்லா பருவத்துக்கும் தேவைப்படுற மாதிரி, தாக்குப்பிடிச்சு வியாபாரம் ஆகிற மாதிரி ஒரு பொருளை தேடிக்கிட்டே இருந்தேன்.

இதுக்கிடையில, கோத்ரெஜ்ல இருந்த போதே திருமணம் முடிஞ்சிடுச்சு. மனைவி பேரு தெல்மா. பி.ஏ முடிச்சவங்க. தஞ்சாவூர்ல விவசாயக் குடும்பம் தான். ரொம்ப நல்லா சமைப்பாங்க. புதுசு, புதுசா நிறைய ரெசிபி ரெடி பண்ணுவாங்க. மிக்ஸி, கிரைண்டர் இருந்தாலும் கூட அம்மி, ஆட்டுக்கல்லுல தான் அரைப்பாங்க. எதார்த்தமா ஒருநாள் அவங்க மசாலா அரைக்கிறதைப் பாக்கப்போக, இதையே நல்ல தரத்தோட நாம தயார் பண்ணி விக்கலாமேன்னு தோணுச்சு. களத்தில இறங்கிட்டேன்.

நான் அப்படி யோசிச்ச நேரத்தில இந்த தொழில்ல முன்னோடிங்க யாரும் இல்லை. மளிகை வியாபாரிங்க, அவங்களே மில்லுல மசாலாவை அரைச்சு லூஸ்ல வித்துக்கிட்டிருந்தாங்க. சில கம்பெனிகள் பாக்கெட் பிஸ்னஸ்ல இருந்தாலும் எல்லாம் பெரியசைஸ். அரைச்சு, பிராண்ட் பண்ணி, சின்னப் பாக்கெட்ல குறைஞ்ச விலையில ஏன் விக்கக்கூடாது..? இதுதான் ஆச்சி மசாலா உருக்கொள்ள காரணமா இருந்த கேள்வி.

நம்ம நாட்ல 70 சதவிகித மக்கள் கிராமப்புறத்தில தான் வாழ்றாங்க. அவங்கதான் என் மனசில இருந்தாங்க. தைரியமா செயல்ல இறங்குனேன். கையில இருந்த காசை வைத்து சின்னதா ஒரு

மில் ரெடி பண்ணுனேன். முதல் தயாரிப்பு, குழம்பு மிளகாய்த்தூள். அந்த மிளகாய்த்தூளை வச்சு மீன்குழம்பு, கருவாட்டுக் குழம்பு, வெந்தயக் குழம்பு, வெங்காயக் குழம்புன்னு 8 வகை குழம்புகளை செய்யலாம். கிட்டத்தட்ட இது என் மனைவியோட ரெசிபி.

சின்னச் சின்னப் பெட்டிக்கடைகளைக் குறிவைச்சு மார்க்கெட் பண்ணுனேன். வெறுமனே கடையில குடுக்கிறதோட என் வேலையை முடிச்சுக்காம, டிஸ்பிளே செய்றதுல கவனம் செலுத்தினேன். குக்கிராம கடையில கூட கலர்புல்லா பாக்கெட்டுகள் தொங்குச்சு. மக்களுக்கு அது ஒரு புது அனுபவமா இருந்துச்சு. கோத்ரெஜ் கம்பெனியில எனக்கு கிடைச்ச மார்க்கெட்டிங் அனுபவம் முழுசா கைகுடுத்துச்சு. குறுகிய காலத்தில ஆச்சி மசாலாவுக்கு மக்கள் பெரிய அங்கீகாரம் கொடுத்தாங்க. மசாலா ஐட்டங்களை கடந்து, ராகி, ரவான்னு இன்னைக்கு ஆச்சியில 138 தயாரிப்புகள் இருக்கு. உலகம் முழுவதும் ஆச்சிக்கு மார்க்கெட்டிங் இருக்கு. பிறந்த வீட்டு சீதனம்ங்கிற அளவுக்கு மக்கள் வாழ்க்கையோட கலந்திடுச்சு ஆச்சி மசாலா.

என்னளவில இது இமாயல வெற்றி. ஆனா இந்த வெற்றி என் ஒருவனால மட்டும் சாத்தியப்படல. தோள் கொடுத்து உழைக்கிற நம்பகமான தொழிலாளர்களும் முக்கிய காரணம். அதுதவிர என் பிள்ளைகள். என்னோட மூத்தமகன் அஸ்வின் பாண்டியன். பி.இ முடிச்சிட்டு, அமெரிக்கா போய் எம்பிஏ படிச்சுட்டு வந்திருக்கான். கம்பெனியோட தயாரிப்பு, பேக்கிங், வினியோகம் எல்லாம் இவன் பொறுப்பு. அடுத்தவன், அபிஷேக் ஆபிரஹாம். பி.டெக், ஃபுட் டெக்னாலஷி படிச்சிட்டு எம்.பி.ஏ முடிச்சிருக்கான். புது தயாரிப்புகள், குவாலிட்டி கண்ட்ரோல், விளம்பரம் எல்லாம் இவன் பொறுப்பு.

பையன்கள் தலையெடுத்தபிறகு, ஆச்சியோட விற்பனைதளமும், தயாரிப்பு முறைகளும் மாறிடுச்சு. டெக்னாலஜிக்குத் தகுந்தமாதிரி பிள்ளைகளோட சிந்தனையும் இருக்கு. ஒரு தயாரிப்போட வெற்றிக்கு முக்கியக் காரணம் விளம்பரம். விளம்பரங்கள் தான் தரமான எங்க தயாரிப்புகளை மக்களோட சமையலறைக்குள்ள கொண்டு போய் சேத்தது. இந்த சிந்தனை என் பிள்ளைகளோடது. அவங்க செயல்பாட்டைப் பாக்குறப்போ பிரமிப்பா இருக்கு. இது சரியான்னு நாம யோசிக்கிறதுக்குள்ள வெற்றியோட நிக்கிறாங்க.

இன்னைக்கு உள்ள எல்லா இளைஞர்களுக்கும் நான் சொல்லிக்க விரும்புறது, வெற்றிங்கிறது எங்கோ கையெட்டாத

வெ. நீலகண்டன்

தூரத்தில இல்ல. முதல்ல தன்னைப் பற்றின புரிதல் இருக்கனும். நம்மால எது முடியும், எது முடியாதுன்னு ஒரு முடிவுக்கு வரணும். ஒரு நோக்கத்தோட, சிந்தை சிதறாம நடந்துக்கிட்டே இருந்தா உங்க காலடியில வந்து விழும் வெற்றி. நிறைய வாய்ப்புகள் கொட்டிக்கிடக்கு. எல்லா வெற்றியுமே சின்ன தொடக்கத்தில தான் ஆரம்பிக்குது. இரண்டாயிரம் அடி நடக்கனுன்னா முதல்ல ஒரு அடியை எடுத்து வைக்கனும். அந்த முதல் அடியில தான் வெற்றியோட சூத்திரம் இருக்கு...!

அமீர்

இயக்குநர்

34, சௌத்போக் ரோடு,
தி.நகர்.

இதுதான் சென்னையில் என்னோட முதல் முகவரி. மொட்டை மாடியில ஒரு சின்ன அறை. அறைக்குக் கீழே, ஒரு மாட்டுத் தொழுவம். சாணமும் மூத்திர நாத்தமும்தான் அந்த அறைக்கு அடையாளம். அடுத்து என்ன செய்யப்போறோம்னு எந்தத் திட்டமுமே இல்லாம நான் சென்னையில இருக்கேன். என் மனைவியும், குழந்தைகளும் மதுரையில இருக்காங்க.

பாலாக்கிட்ட இருந்து விலகி, தனியா சினிமா வாய்ப்பு தேடின காலம் என் வாழ்க்கையில ரொம்ப கொடுமையானது. யார்கிட்டயும் பசின்னு போய் நிக்கப் பிடிக்காது. கடன் கேட்டாக்கூட திமிராக் கேக்குற குணம். சினிமாவில அப்போ எனக்கு நண்பர்களே இல்லை. என்னை சகிச்சிக்கிட்டு, நம்பிக்கையாவும் அன்பாவும் இருந்த ஒரே நண்பன் சசிக்குமார்தான்.

சினிமாவை 'ஹராம்'ன்னு சொல்லக்கூடிய ஆச்சாரமான ஒரு இஸ்லாமியக் குடும்பத்தில இருந்து சினிமாவுக்கு வந்தவன் நான். அப்பா காங்கிரஸ்காரரர். 'ஜெயபாரத் டிரான்ஸ்போர்ட்'டுனு மதுரையில பஸ் கம்பெனி நடத்தினார். மார்க்கத்தில தீவிரப்

பிடிப்பு. ரொம்ப கண்டிப்பானவர். தேவையில்லாம வெளியில் நின்னாக்கூட அடிப்பார்!

மொத்தம், 6 பிள்ளைங்க. நான் கடைக்குட்டிங்கிறதால கொஞ்சம் செல்லம். 5வது வரைக்கும் சிந்தாமணி தியேட்டருக்கு பக்கத்தில இருந்த கார்ப்பரேஷன் ஸ்கூல்ல படிச்சேன். நாலாவது படிக்கும் போது, அந்த தியேட்டர்ல 'யானை வளர்த்த வானம்பாடி மகன்'னு ஒரு படம் ஓடுச்சு. புத்திமாறி, புத்தகப்பையை ஒரு மரத்தில தொங்கப் போட்டுட்டு தியேட்டர்ல போய் உக்காந்திட்டேன். அந்த படம் எனக்குள்ள என்ன மாற்றத்தை உண்டாக்குச்சுன்னு புரியல. அதுக்குப் பிறகு படிப்பு, விளையாட்டு எல்லாமும் இரண்டாம் பட்சமாயிடுச்சு. சினிமா... சினிமா... சினிமா தான். அப்போ அப்பா கவுன்சிலரா வேற இருந்தார். கவுன்சிலர் மகன்கிறதால ஸ்கூல்லயும் பெரிசா என்னைக் கண்டுக்கல.

அஞ்சாவது படிக்கும்போது திடீர்னு அப்பா இறந்திட்டார். உறவினர் வீட்டுக்கு தகவல் சொல்ல என்னை அனுப்பி வைச்சாங்க. போற வழியில, ஒரு போஸ்டரை பாத்துட்டு தியேட்டர்ல போய் உக்காந்திட்டேன். அந்த அளவுக்கு, அந்த வயசுலயே சினிமா என்னை ஆட்டுவிக்க ஆரம்பிச்சிடுச்சு..

அப்பா இறந்ததுக்குப் பிறகு குடும்பம் குலைஞ்சுப் போச்சு. நிறைய சொத்துக்கள் இருந்தாலும், சொந்தக்காரங்க சிலபேரு உரிமை கேட்டு கேஸ் போட்டுட்டாங்க. வந்த வருமானங்களும் நின்னு போச்சு. அம்மா படிக்காதவங்க.. தவிச்சுப் போயிட்டாங்க. கடுமையான போராட்டம். ஆனா, அப்போகூட குடும்ப நிலையை புரிஞ்சுக்கிற பக்குவம் எனக்கு இல்லை. கிட்டத்தட்ட சினிமா பைத்தியமாவே மாறியிருந்தேன். சினிமா பாக்கலைன்னா அன்னைக்கு ராத்திரி தூக்கம் வராது.

தட்டுத் தடுமாறி, விழுந்து எழுந்திருச்சு ப்ளஸ்டூ முடிச்சேன். அம்மா, கல்லூரிக்கு அனுப்பி வைச்சாங்க. கல்லூரியில படிப்பைத் தவிர மற்ற எல்லாத்தையும் கத்துக்கிட்டேன். எல்லா தவறுகளையும் செஞ்சேன். 'நீ படிச்சது போதும்பா'ன்னு பாதியிலயே கையில டிசியை குடுத்து கல்லூரியில இருந்து அனுப்பி வைச்சுட்டாங்க.

கல்லூரி வாழ்க்கையில நடந்த ஒரே ஒரு நல்ல விஷயம், பாலாவோட நட்பு. என் அண்ணன் மன்சூரும், பாலாவும் நெருக்கமான நண்பர்கள். பாலாவும் என்னைப் போலவே சினிமாவே கதின்னு கிடந்தார். அதனால, அண்ணனை விட

என்கிட்ட நெருங்கிட்டார். பாலா அறிமுகம் கிடைச்ச பின்னாடி சினிமாவை பார்க்கிற கண்ணோட்டமே மாறிடுச்சு.

காலம் ஓடுச்சு... சினிமாவில சேர்ந்து இயக்குனராகனுங்கிறது பாலாவோட ஆசை. நான் பஞ்சாயத்து, கான்ட்ராக்ட்னு வேற ரூட்ல நடந்தேன். ஒரு நாள், நானும் பாலாவும் சென்னை வந்தோம். புரட்யூசர் கப்பார் எனக்கு உறவுக்காரர். அவர் மூலமா பாலுமகேந்திராகிட்ட உதவியாளரா சேந்தார் பாலா. நான் திரும்ப மதுரைக்குக் கிளம்பிட்டேன். எப்போவாது திடீர்னு சென்னைக்கு கிளம்பி வருவேன். ரெண்டு நாள்ல மதுரைக்கு ஓடிடுவேன். மதுரைக்குப் போனாத்தான் எனக்கு நல்லமூச்சு வரும்.

92ல ஒரு பெரிய விபத்து. காலு முறிஞ்சு 6 மாதம் வீட்டுக்குள்ளேயே கிடந்தேன். அந்த நேரத்தில திடீர்னு மார்க்கத்தில ஒரு பிடிப்பு. அப்போ, 'தமிழ்நாடு தவ்ஹித் ஜமாத்' பி.ஜெயினுலாபுதீன் மதுரையில இருந்தார். அவர் கூட சேந்து அமைப்புல இயங்க ஆரம்பிச்சேன். மார்க்கத்தோட திசையில நடந்தபிறகு, என்கிட்ட இருந்த அத்தனை கெட்டப் பழக்கமும் தூரஓடிடுச்சு. சினிமா பாக்கிறதையும் விட்டேன். அஞ்சு நேரம் தொழுகை. மற்ற நேரங்கள்ல இயக்கப்பணி. 'புகாரி'ங்கிற புனித நூலை ஜெயினுலாபுதீன் கூட சேர்ந்து தமிழ்ல மொழிபெயர்த்தேன்.

4 வருஷம் இயக்க வேலைகள் பாத்தபிறகு, உள்ளே தூங்கிக்கிட்டிருந்த சினிமா ஆசை ஆட்டுவிக்க ஆரம்பிச்சிருச்சு. சினிமா ஒரு விஞ்ஞான சாதனம். ஒரு விஞ்ஞான சாதனத்தை ஏன் 'ஹராம்'னு தள்ளி வைக்கணும்னு யோசிச்சேன். இதுக்கிடையில பாலாவுக்கு 'சேது' வாய்ப்பு கிடைச்சுச்சு. சென்னை வந்து பாலாகிட்ட சேந்துட்டேன். ரெண்டு பேரும் சாதுல்லா தெருவில ஒரு வீட்டில தங்கியிருந்தோம். மனசுக்கு இதமான வீடு இது.

நானும், பாலாவும் சினிமாங்கிற தளத்தில ஒரே கண்ணோட்டம் வச்சிருந்தோம். ஆனாலும் எந்த விஷயத்தை எடுத்தாலும் கருத்து வேறுபாடுகள் வரும். ஆனா அது ரொம்பநாள் நீடிக்காது. அப்பப்ப சரியாயிடும். சேது சூட்டிங்லயும் அதே நிலைமை. கோபத்தில நான் மதுரைக்கு கிளம்பிடுவேன். பாலா வந்து கூப்பிடுவார். சமாதானமாகி திரும்பவும் வருவேன். ஒரு வழியா இந்த விளையாட்டு முடிஞ்சி, ஏகப்பட்ட பிரச்னைகளைத் தாண்டி சேது ரிலீஸாச்சு. அர்ப்பணிப்பான உழைப்புக்கு தகுந்தமாதிரி பாலாவுக்கு நல்ல முகவரியும் கிடைச்சது.

சேது வெளியாகுற வரைக்கும் பாலாவை தவிர வேறெந்த தொடர்பையும் சினிமாவில நான் ஏற்படுத்திக்கல. அதுக்கான தேவையும் ஏற்படல. சேதுவுக்கு அப்புறம் அடுத்து என்னங்கிற கேள்வி என்னை உலுக்கத் தொடங்கிடுச்சு. திரும்பவும் மதுரைக்கே கிளம்பிட்டேன். மதுரையில, திரும்பவும் பழைய வாழ்க்கை. அண்ணனோட சேந்து கான்ட்ராக்ட் எடுத்து வேலை செஞ்சேன். கல்யாணமும் முடிச்சாச்சு..

'நந்தா' ஆரம்பிச்சப்போ திரும்பவும் வந்து கூப்பிட்டார் பாலா. அவர் வார்த்தையை தட்ட முடியாம, எல்லாத்தையும் விட்டுட்டு வந்தேன். படம் ரெண்டு ஷெட்யூல் போச்சு. ஆனா, திரும்பவும் எங்களுக்குள்ள பிரச்னை. இனிமே 'எந்த தருணத்திலயும் பாலா வேணாம்'னு முடிவு பண்ணிட்டு வெளியில வந்திட்டேன். மதுரைக்குப் போக மனசு இடம் குடுக்கல. சினிமாவில ஜெயிக்கணும். எனக்கும் தனி அடையாளம் வேணும்கிற வைராக்யம். அதுதான் சோதனைக்காலம்.

'சௌத்போக் ரோட்'டில ஒரு ரூம் எடுத்தேன். டீ வாங்கக்கூட காசிருக்காது. யார்க்கிட்டயும் போய் நிக்கவும் பிடிக்கல. சசிகுமார்தான் அப்போ எனக்கு நம்பிக்கை. அவர் கஞ்சனா இருந்தாலும், எனக்காக நிறைய செலவு செய்வார். நல்ல மனசுக்காரர். பசிக்கும் எனக்குமான போராட்டம் 9 மாதம் நீடிச்சுச்சு.

'நந்தா' படத்தோட புரட்யூசர் திடீர்னு ஒரு நாள், 'நான் ஒரு படம் எடுக்கிறேன், அமீர் இயக்குறார்'னு அறிவிச்சார். அவர் சொல்றது வரை அந்த தகவல் எனக்கு தெரியாது. 'நந்தா' சூட்டிங்ல என்னோட வேலைகளை பார்த்து அந்த வாய்ப்பைத் தந்தார். ஒரு வெறியோட வேலை செஞ்சேன். 'மௌனம் பேசியதே' வந்தது. அதிலயும் நிறைய பிரச்னைகள். தயாரிப்பாளர், சூர்யா எல்லாரோடவும் மன வருத்தத்தோட பிரியும் சூழல்.

'சரி, ஒரு படம் டைரக்ட் பண்ணியாச்சு. இனிமே சினிமா உலகமே நம்மை தேடி வந்திடும்'ன்னு நினைச்சுக்கிட்டு ரூம்ல போயி உக்காந்திட்டேன். ஆனா, நான் நினைச்ச மாதிரி எதுவும் நடக்கல. திரும்பவும் பழைய வலி... பட்டினி... வெறுத்துப் போச்சு... தோல்வியோட மதுரைக்குப் போகவும் பிடிக்கல.

நாமே சொந்தப்படம் எடுக்கலாமேன்னு யோசிச்சேன். அந்த யோசனை வர்றப்போ என் கையில ஒரு ரூபா கூட இல்ல. பாரதிராஜா சாராட அண்ணன் மகன் குமார், 5 லட்ச ரூபாயை கையில குடுத்து, 'தைரியமா எடு... நான் இருக்கேன்'னு தைரியம்

சொன்னார்.. 'ராம்' ஆரம்பிச்சேன். யுவன்சங்கர் ராஜாவும், ராம்ஜியும் ஒரு ரூபாய் கூட வாங்காம வேலை செஞ்சாங்க. ரூ.3.20 கோடி செலவில படம் வந்துது. நல்லாதான் ஓடுச்சு. ஆனாலும், என் தலையில 70 லட்சம் கடன். அந்தத் தருணத்தில, கற்பனை கூட செய்ய முடியாத பணம் அது. அந்தக் காலக்கட்டத்தையும் ஒரு வழியா கடந்து வெளியே வந்தேன்.

அடுத்து பருத்திவீரன். 'இழக்கிறதுக்கு எதுவுமே இல்லை'ங்கிற நிலை. எல்லாப் பிரச்னைகளையும் கடந்து படம் வெளிவந்துச்சு. எதிர்பார்த்த அளவுக்கு அதிர்வை உருவாக்கின அந்த படமும் என் தலையில 1.2 கோடி ரூபாய் நஷ்டத்தை அள்ளி வச்சுச்சு. ஆனா மிகப்பெரிய தன்னம்பிக்கையை பருத்தி வீரன் எனக்குள்ள விதைச்சுட்டு போயிடுச்சு. நான் எதிர்பார்த்த மாதிரி ஒரு சினிமாவை செஞ்சு முடிச்சுட்டேன்.

இப்போ ஓரளவுக்கு சினிமாவைப் பத்தின நெளிவு, சுழிவுகளை புரிஞ்சுகிட்டேன்... காலம் நிறைய கத்துக்குடுத்திருக்கு.

அப்போ கசப்பா தெரிஞ்ச என் அப்பாவோட கண்டிப்பு, ஒரு அப்பாவா இன்னைக்கு என் பிள்ளைகளை கண்டிக்கிறப்போ நியாயமாப்படுது. ஒரு டைரக்டரா பாலா பட்ட கஷ்டங்களும், அவருக்கு இருந்த தர்மசங்கடங்களும் இப்போ நான் களத்தில நிக்கிறப்போ நியாயமாப்படுது.

பொதுவா, யாரையும் புண்படுத்துறதில எனக்கு உடன்பாடு இல்லை. அதே சமயம் யாரோட விமர்சனத்துக்குப் பயந்தும் என்னால இயங்க முடியாது. சினிமாவுக்கு ஒரு மாதிரி, வாழ்க்கைக்கு ஒரு மாதிரின்னு என்கிட்ட ரெண்டு முகங்கள் இல்லை. அப்படிப்பட்ட மோசமான அலங்காரத்தையும் நான் விரும்பல. என்னை ஒத்துப்போற, என்னால ஒத்துப்போக முடியற மனிதர்களை சினிமாவில கொஞ்சமாவே சந்திக்கிறேன். அவங்களை தக்க வச்சுக்க முயற்சிக்கிறேன். அதனால போராட்டங்களையும் எதிர்ப்புகளையுமே எதிர்கொள்கிற படைப்பாளியா இருக்கேன்.

சினிமா நான் விரும்பி ஏத்துக்கிட்ட தொழில். அவ்வளவுதான். 'சினிமாவா... மதுரையா'ன்னு கேள்வி வந்தா 'மதுரைதான்'னு அள்ளிக் கட்டிக்கிட்டு கிளம்பிடுவேன். அதைத்தான் இன்னைவரைக்கும் என் குடும்பம் எதிர்பார்த்து காத்திட்டிருக்கு!

அறிவுமதி
கவிஞர்

மாணவர் விடுதி,
காயிதேமில்லத் கலைக்கல்லூரி,
அண்ணா சாலை.

என் படைப்புகளுக்கான அடையாளப் பெயர்... அறிவுமதி. நான் பிறந்த காலகட்டத்திற்கான அடையாளப் பெயர்... மதியழகன். ருக்குமணி, சீதா, இராமசாமி... இவர்களைப் பெற்றெடுத்த சின்னப்பிள்ளைதான் என்னையும் பெற்றெடுத்தார்கள். நான் சின்னப்பிள்ளையின் சின்னப் பிள்ளை.

என் அக்காள்களுக்கும் அண்ணனுக்கும் என்தாத்தா பெயர் வைத்தார். அதனால் புராணப் பெயர்கள். எனக்கு அப்பா பெயர் வைத்தார். அதனால் சோமசுந்தரமாக இருந்து மதியழகனாக மாற்றப்பட்ட, திராவிட இயக்கம் சார்ந்த வரலாற்றுப் பெயர். அப்பா கேசவன், என் ஊரின் தி.மு.க. கிளைச் செயலாளர்.

என் அப்பாவின் முயற்சியால், கழகக் கொட்டகையே திருவள்ளுவர் படிப்பகமாகவும் விளங்கியது. அதிலிருந்த நூல்களும், என் அப்பா விருத்தாசலத்திற்குப் போய் வருகிறபோதெல்லாம் வாங்கிவந்து போடுகிற, நம்நாடு, முரசொலி, முத்தாரம், திராவிடன், தென்றல், மாலைமணி, கலைமன்றம் போன்ற இதழ்களும் தாம் கைநாட்டு மரபிலிருந்து என் ஊரை கையெழுத்து மரபிற்கு மாற்றியது.

நாவலர், சிற்றரசு, சத்தியவாணிமுத்து, என்.வி.நடராசன் போன்றவர்களை அப்பா என் ஊருக்கே அழைத்து வந்து பேச வைத்திருக்கிறார்.

பெரியார், அண்ணா, கலைஞர், சம்பத், கண்ணதாசன் போன்றவர்கள் எங்கே பேசுகிறார்கள் என்றாலும் அப்பா உள்ளிட்ட எங்கள் ஊர் மூத்தவர்களோடு கால்சட்டைப் பையனாகிய நானும் புறப்பட்டு விடுவேன்.

தலைவர்கள் பேசுகிற தமிழைக் கேட்டு முடித்து, எட்டு மைல், பத்து மைல் என்று நடந்து வந்து அம்மா பிழிந்துபோடுகிற பழைய சோற்றைச் சாப்பிட்டபடியே... தலைவர்கள் பேசியதையெல்லாம் அவர்கள் பேசியதைப் போலவே பேசிக் காட்டுவேன். தூக்கக் கலக்கத்திலும் அம்மாவின் முகம் பூக்கும்.

வீராணம் ஏரியை ஒட்டிய கருணாகரநல்லூர் என்ற ஊரில் என் உறவினர் வீட்டுத் திருமணத்திற்கு அப்பா அம்மாவோடு நானும் போயிருந்தேன். சீர்திருத்தத் திருமணம். வீட்டு முன்பு எம்.ஆர்.கே.பன்னீர்செல்வத்தின் தந்தையார் தி.மு.க. கொடியை ஏற்றுகிறார். மேலே போகும் அவிழாத கொடியைப் பார்த்ததும் 'நிறுத்துங்க... நிறுத்துங்க...' என்கிறேன்.

'என்ன?' என்று கேட்கிறார்கள்.

"கறுப்பு மேல சிவப்பு கீழதான இருக்கணும். நீங்க சிவப்பு மேல வர்றமாதிரி தலகீழா கட்டியிருக்கீங்க' என்கிறேன்.

புரிந்துகொண்டு மகிழ்ந்த எம்.ஆர்.கிருட்டிணமூர்த்தி, பிஞ்சுப் பிள்ளையாகிய என்னைத் தலைக்குமேலே தூக்கிக் கொண்டாடினார்.

இப்படித்தான்... திராவிட இயக்க இதழ்களும், நூல்களும், மேடைப் பேச்சுகளும் என்னை தமிழ், தமிழின விடுதலை, தமிழுக்காகப் போராடுவது என்கிற உணர்ச்சியை உயிர்நெடுக ஊற்றிவிட்டது.

அந்தக் காலகட்டத்தில்தான் இரண்டாம் உலகத் தமிழ்மாநாடு சென்னையில் தொடங்குகிறது. இதழ்களில் வருகிற செய்திகள் என்னை உசுப்பேற்றுகின்றன.

'தமிழ்... தமிழ்... தமிழ்... என்றே வாழ நினைக்கிறாயே... தமிழுக்காகவே நடக்கிற மாநாட்டிற்கு நீ எப்படிப் போகாமல் இருக்கலாம்' என்று மனம் பிராண்டி எடுக்கிறது.

எங்கள் வீட்டுத் திண்ணையில் இருந்த ஊராட்சி மன்ற வானொலிப் பெட்டியின் ஊடாக, சின்னத்தாத்தா, சித்தப்பா உள்ளிட்ட ஊரே கூடியிருந்து மாநாட்டு ஊர்வல நிகழ்ச்சிகளின் வருணனைகளைக் கேட்கிறோம்.

ஒவ்வொரு அலங்கார வண்டியில் உள்ள தமிழ் அடையாளங்களையும் செழித்த தமிழில் வர்ணிக்க வர்ணிக்க... என் உயிர் வலிக்கிறது. அழுகிறேன். அளவுக்கு மீறிய தவிப்போடு எப்படியாவது சென்னைக்குப்போய் என் தமிழ்த்தாய் கொண்டாடப்படுவதைப் பார்த்துவிட வேண்டும் என்கிற பதைபதைப்பில் இரவைத் தூங்காமல் கழிக்கிறேன்.

விடிகிறது.

அடுக்குப் பானையில்... அம்மா வைத்திருக்கும் இடங்களில் தேடுகிறேன். பதினைந்து ரூபாய் கிடைத்தது. எடுத்துக் கொண்டேன்.

துவைத்துக் காயவைத்திருந்த சட்டைகளை ஒருபைக்குள் திணித்துக் கொண்டு, 'கம்மாபுரம் போய் தேய்த்துக் கொண்டு வந்துவிடுகிறேன்' என்று அம்மாவிடம் பொய் சொல்லிவிட்டு புறப்படுகிறேன்.

ஒரு எருவண்டி தெருவில் போகவும், அம்மாவின் சந்தேகம் வழிமறித்துவிடக்கூடாது என்பதற்காக.., அதில் ஏறிக் கொள்கிறேன்.

சாலைக்குப் போய் பேருந்து பிடித்து ஏறி.., விருத்தாசலம் தொடர்வண்டி நிலையம் சென்று பயணச்சீட்டு எடுத்துக் கொண்டுபோய் காத்திருந்து.., தொடர்வண்டி வரவும் ஏறி அமர்ந்து கொள்கிறேன். வண்டி புறப்பட்டது. இனி யாரும் வந்து கைப் பிடித்து இறக்கிக் கொண்டு போய்விடமாட்டார்கள் என்கிற நிம்மதி.

ஆனால் பயம். இந்தப் பயணம் புதிது. போய் சேரப்போகிற பட்டணம் புதிது. ஆனாலும்... தமிழ் இழுக்கிறது...!

விடிந்தது.

சென்னையில் இறங்கி நடக்கிறேன். ஒரு பட்டிக்காட்டுப் பையனுக்கு இந்த பட்டணம் பிரமிப்பாக இருக்கிறது. எங்கே திரும்பினாலும் மரங்களாய்ப் பார்த்துப் பார்த்துப் பழக்கப்பட்ட கண்களுக்கு.., எங்கே திரும்பினாலும் கட்டிடங்களைக் கண்டதும் மிரட்சி.

பதினான்கு மாடிக் கட்டிடம். திரைப்படங்களில் பார்த்திருந்ததை நேரில் பார்த்ததும் வியப்பு.

முதலில் எங்கே போவது என்று நினைத்தபோதுதான் என் வகுப்புத் தோழன் கம்மாபுரம் அசோக், சென்னையில் கலைக்கல்லூரியில் படிக்கிற நினைவு வந்தது.

இப்போது காயிதேமில்லத் மகளிர் கல்லூரி. அப்போது அது ஆண்களுக்கானது. தேடிப்போய் விசாரித்தேன். நண்பனைக் கண்டுபிடித்தேன். அவனது விடுதி அறைதான் நான் முதன் முதலில் சென்னையில் தங்கிய இடம். நல்ல பசி. அவன்தான் பசியாற்றினான்.

அதன்பிறகு நானே தனியனாய் தமிழ் மாநாட்டிற்காக திறக்கப்பட்ட சிலைகளைப் பார்க்க புறப்பட்டுவிட்டேன். ஒவ்வொரு சிலையாக பார்க்கப் பார்க்க பாரதியை..., பாரதிதாசனை..., ஔவையாரை..., வள்ளுவரை... நேரில் பார்ப்பதைப்போல் உள்ளுக்குள் அந்தச் சின்னவயதில் ஒருவித புளகாங்கிதம் அடைந்தேன்.

நடந்து நடந்து கால்வலி.

மறுபடியும் கலைக் கல்லூரிக்கு வந்தேன்.

பசி. கையிலிருக்கும் மிச்ச பணத்தைத் திரும்புவதற்கான பயணச்சீட்டிற்காகப் பத்திரப்படுத்திக் கொண்டேன். பசிக்காக நண்பனையும் தொந்தரவு செய்யக்கூடாது. கல்லூரி விடுதிக்குள் இருந்த நாரத்தங்காய் மரத்தில் காய்கள் பறித்துச் சாப்பிட்டு பசியைத் தணித்துக் கொண்டேன்.

கல்லூரி மதிற்சுவரில் களைப்போடு அமர்ந்திருந்தேன். ஒரு வயதானவர் தூக்கமுடியாத அளவிற்கான இரு பெட்டிகளை எடுத்து வந்தார். கிராமத்து மனசு கேட்கவில்லை. 'அய்யா நான் தூக்கிவந்து தருகிறேன்' என்று கூறவும், என் தலையில் தூக்கி வைத்தார். பதினான்கு மாடிக் கட்டிடம் அருகில் கொண்டுபோய் இறக்கியதும்.., கையில் இரண்டு ரூபாயைத் திணித்தார். மறுத்தேன். வியப்பாகப் பார்த்தார். 'வச்சுக்கோ' என்று திணித்து விட்டு வாடகை வண்டியில் போய்விட்டார்.

அங்கே மற்றொரு வயதான அம்மா 'பெட்டிகளைத் தூக்கி வரமுடியுமா' என்று கேட்க, அவற்றையும் தூக்கிக் கொண்டு போய் 'ஆனந்த்' திரையரங்கம் பக்கம் கொடுத்துவிட்டு வந்தேன்.

நண்பனிடம் விடைபெற்றுக்கொண்டு, அம்பத்தூரில் மிதிவண்டி நிறுவனத்தில் வேலைபார்க்கும் என் பங்காளி வீட்டு அண்ணன் ஆறுமுகம் வீட்டைத் தேடிப்புறப்பட்டேன். நடை... நடை... நடை...

எப்படியோ வீட்டைக் கண்டுபிடித்து விட்டேன். அண்ணன் எங்கே என்றதும்... 'உன்னைத் தேடிக்கிட்டுதான் மாநாடு நடக்குற எடத்துக்குப் போயிருக்காரு' என்று பதில் வந்தது. நான் மாநாட்டிற்குத்தான் வந்திருப்பேன் என்று தெரிந்து அண்ணன் இராமசாமி மடல்போட... அண்ணன் ஆறுமுகம் தேடப் போயிருக்கிறார்.

நடந்து நடந்து வீங்கிய கால்களைப் பார்த்ததும் 'வெந்நீர் வைத்துக் கொடுத்தார்கள். நல்ல சாப்பாடு. அண்ணன் சோர்வோடு திரும்பியவர் என்னைப் பார்த்ததும் ஒரே மகிழ்ச்சி.

'நான் மாநாட்டுப் பந்தல்ல போயி உன்ன தேடிகிட்டு வர்றேன். நீ இங்கயா இருக்கிற... அங்க விழா குழுகிட்ட சொல்லி 'கீணனூர் மதியழகன் எங்கிருந்தாலும் வரவும்' என்று எத்தனை முறை கூப்பிட்டாங்க தெரியுமாடா' என்றார்.

விடிந்து... பேருந்தில்... மாநாட்டின் நிறைவு நாளுக்காக அண்ணன் கூட்டிப்போனார். தீவுத்திடல்.

தமிழ்ப்பெருங்கூட்டம். தலைவர்களையெல்லாம் ஒருசேரப் பார்த்த மகிழ்ச்சி. வந்த நோக்கம் நிறைவேறிவிட்டது. அன்று பேசிய அண்ணா அவர்களின் பேச்சு காலத்தால் மறக்க முடியாத பேச்சு. நான் கவிஞனில்லை.., கவிஞனில்லை என்று தன்னடக்கத்தோடு சொல்லிக் கொண்டே அவர் ஆற்றிய உரை அவ்வளவும் கவிதை... கவிதை... கவிதை...

மாநாடு முடிந்து தொடர்வண்டி ஏற்றிவிட்டு அண்ணன் விடைபெற்றார்.

வீட்டிற்குப் போனேன். யாரும் திட்டவில்லை.

கூட்டங்களுக்குப் போய்விட்டு வருகிறபோதெல்லாம் பழைய சோற்றைப் பிழிந்து வைக்கிற அம்மா, மாநாட்டிற்குப் போய்விட்டு வந்த எனக்கு சுடுசோறு போட்டு, கண்கள் பனிக்கத் தன் முந்தானையால் என் முகத்தைத் துடைத்து விட்டார்.

தமிழுக்காவும், தமிழர்களுக்காகவுமே வாழ்வை ஒப்படைக்க வைத்த அந்த முதல் சென்னைப் பயணமும், இரண்டாம் உலகத் தமிழ் மாநாடும்தான் இந்தச் சின்னப்பிள்ளையின் சின்னப் பிள்ளையை உலகத் தமிழர்களின் செல்லப் பிள்ளையாக்கியிருக்கின்றன.

சி.கே.ரங்கநாதன்
கெவின்கேர்

65, அண்ணாநகர்,
கடலூர்-1

"இனிமே யாரையும் எதிர்பாத்து பிழைக்க வேண்டிய அவசியம் இல்லைன்னு நான் முடிவு செஞ்சு வீட்டை விட்டு வெளியில வந்தப்போ என்கையில இருந்தது வெறும் 15 ஆயிரம். இதை வெச்சு எந்த தொழிலைச் செய்யப்போறேன்னு எல்லாரும் கேட்டாங்க. எனக்கு எந்த குழப்பமும் இல்ல. 1000 ரூபா அட்வான்ஸ், 250 ரூபா வாடகைக்கு ஒரு ரூம். 3000த்துக்கு ஒரு சாஷே மெஷின். கடகடன்னு வேலையை ஆரம்பிச்சேன். இந்த தைரியத்தை எனக்குக் குடுத்த அப்பாவோட நினைவா, சின்னிகிருஷ்ணன்கிற பேரை 'சிக்' குன்னு சுருக்கி என்ஷாம்புக்கு பெயரை வச்சேன். 15 வருஷம் முன்னால, வெறும் 15 ஆயிரம் முதலீட்டுல தொடங்கப்பட்ட இந்த நிறுவனம் இப்போ 1000 கோடி வணிகத்தை தொட்டு நிக்குது.

அப்பா சின்னிகிருஷ்ணன், கணித ஆசிரியர். கடலூர் செயிண்ட் ஜோசப் ஸ்கூல்ல வேலை செஞ்சார். சின்ன வயசுலயே சுயமா தொழில் செய்யணும்ங்கிற கனவு, அவருக்கு. 35 வயசுல திடீர்ன்னு வேலையை விட்டுட்டு வந்துட்டார். 'அரைப்பணமானாலும் அரசாங்க சம்பளம் வாங்கினவர்'.

தொழில் செய்யப்போறேன்னு வேலையை விட்டுட்டு வந்தா அதிர்ச்சியாத்தானே இருக்கும்.

மத்தவங்க எப்படி யோசிக்கிறாங்களோ, அதுக்கு மாறுபட்ட கோணத்தில யோசிக்கிறவர் அப்பா. அவர் கையில எடுத்த தொழில் சாஷே ஷாம்பு. அதுவரைக்கும் இந்தியாவிலயே யாரும் யோசிக்காத விஷயம்... பணக்காரங்க உபயோகிக்கிற பொருளை ஏழைகளும் பயன்படுத்தணும். அவங்களால மொத்தமா வாங்கி பயன்படுத்த முடியாது. குறைஞ்ச விலையில, தேவையான அளவுக்கு கிடைக்கணும். இதுதான் அப்பாவோட பிளாஸபி. அஞ்சு வருஷ உழைப்பில 'சாஷே' மிஷினை கண்டுபிடிச்சார். இன்னைக்கு கிராமப்புற பெட்டிக்கடையில கூட சாரம், சாரமா தொங்குற சாஷே பாக்கெட்டுகளுக்கு தந்தை என் அப்பா தான்.

அம்மா ஹேமலதா. கடலூர்ல ஒரு ஸ்கூல் நடத்தினாங்க. நாங்க அஞ்சு பிள்ளைகள்ல நான் நாலாவது. மூத்தவர் ராஜ்குமாரும், ஆண்டாள் அக்காவும் டாக்டர்கள். அசோக்குமார் அண்ணன் அட்வகேட். தங்கை விஜயலெட்சுமி, ஸ்கூல் நடத்துறாங்க. தம்பி குமாரவேல் 'நேச்சுரல்ஸ்' சலூனை நிர்வகிக்கிறார்.

அப்பாவுக்கு தன்னை மாதிரியே பிள்ளைகளையும் இருக்கணும்ங்கிற எண்ணம். மத்தவங்களை நம்பி பிழைக்கக்கூடாதுன்னு சொல்லுவார். பச்சை மரத்தில ஆணி அடிச்சமாதிரி அது மனசுல பதிஞ்சிடுச்சு. எல்லாரும் ஆளுக்கொரு துறையை தேர்ந்தெடுத்துட்டாங்க. ஆனா திக்குத்தெரியாம நின்ன ஒரேஆள் நான்தான்.

படிப்புல ரொம்ப சுமார். டீச்சரா பாத்து மார்க் போட்டு அடுத்த வகுப்புக்கு அனுப்பி வச்சாத்தான் உண்டு. அப்பாவுக்கும், அம்மாவுக்கும் மிகப்பெரிய கவலை. புறா, கோழி, மீன்... இதுதான் என் உலகம். 500 புறாக்களுக்கு மேல வளத்தேன். சினிமாவுக்கு, சொந்தக்காரங்க வீட்டுக்குக்கூட போகமாட்டேன். பள்ளிக்கூடம் போனாக்கூட மனசு பறவைகளோடவே விளையாடும்.

10 ஏக்கருக்கு மேல விவசாயநிலம் இருந்துச்சு. என்னை விவசாயத்தில போடலாங்கிறது அப்பாவோட எண்ணம். நானும் முட்டிமோதி கல்லூரியில அடியெடுத்து வச்சிட்டேன். அப்பா பிசினஸ் ஆரம்பிச்ச பிறகு அதில ஆர்வம் காட்ட ஆரம்பிச்சேன். அப்பாவோட முதல் தயாரிப்பு வெல்வெட் ஷாம்பு. தயாரிப்பு தரமா இருந்தாலும், உற்பத்தியில காட்டின ஆர்வத்தை அப்பா, மார்க்கெட்டிங்ல காமிக்கல. அது சின்ன பின்னடைவு. இதுபத்தி அப்பாக்கிட்டே பேசினா, 'பொருள்

தரமா இருந்தா விளம்பரம் எல்லாம் தேவையில்லடா...'ம்பார். ஆனா ஆள்பாதி, ஆடைபாதிங்கிற மாதிரி, விளம்பரமும் முக்கியமான வியாபார உத்திங்கிறது அப்போ புலப்படலை.

ஊறித்தேறி எழுந்த சமயத்தில திடீர்ன்னு அப்பா இறந்துட்டார். அண்ணன்கள் அப்போதான் படிப்பை முடிச்சிருக்காங்க. பிசினஸை பாக்க யாருமில்ல. 'இதை விட்டுட்டு எல்லாரும் அவங்க, அவங்க வேலையைப் பாருங்க'ன்னு அம்மா சொல்லிட்டாங்க. பேங்க்ல போயி தொழிலை நிறுத்தப்போறோம்ன்னு சொன்னோம். மேனேஜர் நிதானமா சொன்னார்.

'ரொம்ப சந்தோஷம்... உங்க அப்பா 2 லட்சம் கடன் வாங்கியிருக்கார்... அதைக் கட்டிட்டு குளோஸ் பண்ணுங்க..'

மிரண்டு போயிட்டோம். இருக்கிற சொத்தையெல்லாம் வித்தாக்கூட 2 லட்சம் தேறாது. வேறு வழியே இல்லாம ரெண்டு அண்ணன்களும் அப்பாவோட தொழிலை தொடர்ந்து நடத்த முடிவு செஞ்சாங்க. ரெண்டு பேரும் ராத்திரி, பகல் பாக்காம உழைச்சாங்க. நிறைய விளம்பரம் செஞ்சாங்க. எதிர்பார்த்த மாதிரி பெரிய லெவலுக்குப் போச்சு தொழில்.

நான் உற்பத்தியை பாத்துக்கிட்டேன். ஆனா, எனக்குப் பொறுத்தமில்லாத பிரிவா இருந்துது. யார்க்கிட்டயும் கடுமையா பேசிப் பழக்கமில்லாதவன். எல்லாரும் வேலையை விட்டுட்டு புத்தகம் படிப்பாங்க. யார்க்கிட்டயும் வேலை வாங்கத் தெரியாது.. நேரா அம்மாக்கிட்ட போனேன். 'இந்த வேலையெல்லாம் எனக்குச் சரிப்படாது... என்னை விட்டுடுங்க...'ன்னு சொன்னேன். அம்மாவுக்கு பயங்கர கோபம். 'இனிமே இந்த மாதிரி சில்லி காரணங்களோட என்னை வந்து பாக்காதே, இதுதான் கடைசி...'ன்னு திட்டி அனுப்பிட்டாங்க.

அதுக்குப் பிறகு எல்லாத்தையும் பழகிக்கிட்டேன். ஆனாலும் தாழ்வு மனப்பான்மை மட்டும் போகல. என் சகோதரர்கள் அளவுக்கு நான் படிக்கல. ஆங்கிலம் தெரியாது. நாலு பேருக்கிட்ட வாய்விட்டு பேசிப்பழக முடியல. ஒடுங்கி, ஒடுங்கி நாலைஞ்சு மாதம் வேலை செஞ்சேன். தொழில்ல ஆர்வம் காட்டக்காட்ட தாழ்வு மனப்பான்மை நொறுங்கிடுச்சு.

ஒரு கட்டத்துல, ஓவர் கான்பிடண்ட் வந்துடுச்சு. அண்ணன்களோட சின்ன, சின்ன கருத்து வேறுபாடுகள் வரத் தொடங்கின நேரத்தில, நாமளே ஏன் தனியா தொழிலை

ஆரம்பிக்கக்கூடாதுன்னு எண்ணம் வந்திடுச்சு. எலி வளையா இருந்தாலும் தனி வளையா இருக்கனும். தைரியமா வெளியே வந்தேன்.

200 மீட்டர் தூரத்திலயே ஒரு அறையை பிடிச்சேன். என் அண்ணன் எனக்கு தந்திருந்த காரை ஒப்படைச்சிட்டு, திரும்பவும் சைக்கிளை எடுத்தேன். சரக்கு எடுக்கிறதுல இருந்து டெலிவரி வரைக்கும் எல்லா வேலையையும் செஞ்சேன். உறவுக்காரங்கள்லாம், 'ஏன்டா இந்த பைத்தியக்காரத்தனம், அண்ணன்களோட ஒத்துப்போடா'ன்னாங்க. எதுக்கும் காது கொடுக்கல. 'சிக் ஷாம்பு' என்னோட முதல் தயாரிப்பு. இப்போ எங்க எல்லை, திட்டத்தை மீறி விரிஞ்சிடுச்சு. ஷாம்பு, க்ரீம், ஸ்நாக்ஸ், மில்க்ன்னு ஏகப்பட்ட தயாரிப்புகள்.

இந்த அளவுக்கான எங்க வெற்றிக்கு 3 விஷயங்களை அடிப்படைக்காரணமா சொல்வேன். ஒண்ணு புத்திசாலித்தனம். புதுசு, புதுசா யோசிக்கனும். ஐடியா இருந்தா தான் அடுத்தக் கட்டத்துக்கு நகர முடியும். அடுத்து, முடிவை செயலாக்குறது. ஐடியாக்கள் மட்டும் வெற்றி தராது. அதுக்காக திட்டமிட்டு உழைக்கனும். மூணாவது, புரிந்துணர்வுள்ள நல்ல ஊழியர்கள் இருக்கனும். கெவின்கேரோட வெற்றி சி.கே.ஆரோட தனிப்பட்ட வெற்றியில்ல. ஒரு யூனிட்டோட வெற்றி. நான் இந்த யூனிட்டுக்கு தலைவன். அவ்வளவு தான். பலதரப்பட்ட பிரிவுகள், ஊழியர்கள் இதுக்குள்ள இருக்காங்க. அவங்களுக்குள்ள வேலையை அவங்க சிறப்பா செய்றாங்க. அதனால நிர்வாகம் தடையில்லாம நகருது.

'வித்தியாசப்படலன்னா ஜெயிக்க முடியாது'ம்பார் அப்பா. அதுதான் எனக்கு தாரகமந்திரம். புதுசா ஒரு தொழில் தொடங்கும்போது, மத்தவங்களை நம்பி வேலைகளை தரமாட்டாங்க. அந்த பார்முலேஷனை திருடிட்டா என்ன செய்யிறதுங்கிற பயம். நான் இதில வித்தியாசப்பட்டேன். திறமையான ஊழியர்களுக்கு பொறுப்புகளை பிரிச்சுக் குடுத்தேன். அதனால தான் பலமான ஒரு நிறுவனத்தை என்னால 'பில்ட்' பண்ண முடிஞ்சுது. புத்திசாலித்தனமான ஊழியர்களை சேக்க, சேக்க கம்பெனியோட தரம் உயரும்ங்கிறது என்னோட நம்பிக்கை. இந்த வருடம் நான் பண்ற வேலையை அடுத்த வருஷம் பண்ண மாட்டேன். அந்த வேலையை வேறொருத்தருக்குக் கொடுத்துட்டு அடுத்த வேலைக்கு நான் போயாகனும். அப்போ தான் கம்பெனி வளர்ந்ததா அர்த்தம்.

பொதுவா கல்லூரியில ஒரு பட்டம் வாங்கிட்டா அதுவே பெரிய தகுதின்னு சிலர் நினைக்கிறாங்க. ஆனா, அது வெறும் அடிப்படைதான். அதைத்தாண்டி நாம தயாராகிறதில தான் வெற்றி இருக்கு. எனக்கு ஆங்கிலம் தெரியாது. அதுக்காக அது தேவையில்லைன்னு விட்டுடல. ஆங்கிலம் மட்டும் தான் பேசணும், படிக்கணும்னு திட்டமிட்டு படிச்சேன். இப்போ சரளமா ஆங்கிலம் பேசமுடியுது.

எனக்கு தொடக்கத்தில இருந்தது ஒரேயொரு கேள்வி தான். 'வெற்றியே உன் விலை என்ன..?' வெற்றி சொன்ன பதில்... 'நீ உழைக்கத் தயாரா இரு..!'

உழைப்புன்னா, காலையில 6 மணியிலருந்து நைட்டு 10 மணி வரைக்கும் உழைச்சு களைச்சுப் போறதில்ல. திட்டமிட்டு உழைக்கிறது. நிறைய படிக்கணும். நிறைய கத்துக்கணும். நம்ம சிந்தனைக்கு தகுந்தமாதிரி தான் நம்ம வளர்ச்சி இருக்கும்..!

ஆர். சந்திரமோகன்
ஹட்சன் அக்ரோ புரடக்ட்

எண் 73,
கொல்லவார் அஹ்ராகரம் ரோடு,
ராயபுரம், சென்னை-600013.

திருத்தங்கல்ல இருந்து சென்னை வந்து 15 ஆயிரம் முதலீட்டில நான் அருண் ஐஸ்கிரீமை ஆரம்பிச்சது இந்த முகவரியில தான். இன்னைக்கு வேரும் விழுதுமா கிளைத்து நிக்கிற இந்த நிறுவனத்துக்கு மூலவேர் இந்த முகவரியில இருந்து தான் தொடங்குச்சு.

சிவகாசிக்குப் பக்கத்தில இருக்கு திருத்தங்கல். கந்தகமும், ஆண்டிமணி சல்பேட்டும் காத்தோடு கலந்து மணக்கிற வெயில்காடு. அப்பா ராஜாகணேசன் மளிகைக் கடை வச்சிருந்தார். அம்மா சக்கரைத்தாய். நான் ஒரே மகன். பேருக்கு கொஞ்சம் நிலம் இருந்தது தவிர ஜீவனத்துக்கு கையும், காலும் தான் மூலதனம். மழையையும், வெயிலையும் எண்ணிப் பாத்தே நாட்களை நகர்த்துற கிராமத்து சூழல் தன்னிறைவை தராத ஒரு மனநிலையில அப்பா குடும்பத்தோட சென்னைக்குப் போற முடிவை எடுத்தார்.

சென்னையில நான் காலடி வச்சப்போ எனக்கு வயசு 8. ஜார்ஜ் டவுன், கந்தசாமி கோவில் பக்கத்தில ஒரு மளிகைக்கடை

திறந்தார் அப்பா. நான் முத்தியால்பேட்டை உயர்நிலைப் பள்ளியில படிச்சேன். என் 16 வயசு வரைக்கும் குறிப்பிட்டுச் சொல்ல ஏதும் இல்லாம, நிக்காத நீரோட்டம் மாதிரி வாழ்க்கை மேடு பள்ளங்களை கடந்து ஓடுச்சு.

15 வருஷத்துக்கு மேல அப்பாவால சென்னையில தாக்குப்பிடிக்க முடியல. வரவுக்கும், செலவுக்கும் சரியாப் போனதால நாளுக்கு நாள் பின்னடைவையே சந்திக்கிற நிலை. திரும்பவும் திருத்தங்கலுக்கே போற முடிவை எடுத்தார். ஆனா திருத்தங்கல் போன பிறகும் அவரால நிலை கொள்ள முடியல. அப்போ நான் திருநெல்வேலி செயிண்ட் ஜோசப் கல்லூரியில பியூசி படிச்சேன். ஒரு இக்கட்டான சூழ்நிலையில குடும்பம் தவிச்சப்போ எனக்கு படிப்பு பிரதானமா படலை. கல்லூரிய விட்டுட்டு ஊருக்கு வந்துட்டேன். ஏதோ ஒரு தைரியத்தில, எங்களுக்குன்னு இருந்த கொஞ்ச நிலத்தை 15 ஆயிரத்துக்கு வித்தேன். ஜெயிச்சுட்டு தான் திரும்புவேங்கிற வைராக்கியத்தில சென்னைக்கு பஸ் ஏறினேன்.

ஏதாவது செஞ்சு முன்னேறனுங்கிற ஆர்வம் இருந்த அளவுக்கு எந்த தொழில்லயும் எனக்கு அனுபவம் இல்லை. காய்கறிக்கடை, மளிகைக்கடைன்னு ஆளுக்கொரு யோசனை சொன்னாங்க. என் மாமா சிவனேசன் தான் நடைமுறைக்கு தகுந்த மாதிரி ஒரு யோசனை சொன்னார்.

'நீ கையில வச்சிருக்கிற பணத்துக்கு ஐஸ்கிரீம் கடை தாண்டா ஆரம்பிக்கலாம்..!'

இதுதான் எனக்கு வேதவாக்கு. பரபரன்னு வேலையில இறங்கினேன். சின்னதா ஒரு கடை பிடிச்சு ஐஸ்கிரீம் தயாரிக்கிற சில உபகரணங்களை வாங்கினேன். தொழில்நுட்பம் தெரிஞ்ச 3 பேரை வேலைக்கு சேத்தேன். ஐஸ்கிரீமுக்கு பெயர் வைக்கணுமே? நிறைய யோசிச்சு கடைசியா 'அருண் ஐஸ்கிரீம்'ங்கிற பேரை வச்சேன். அருண்னா சூரியன். சூரியன் பேர்ல குளிர்ச்சியான பொருள். ஒரு நல்ல நாள்ல கடையை திறந்தேன். சின்னதா 15 வண்டிகள் வாங்கினேன். கடை வியாபாரம் போக ஆட்கள் மூலமா வண்டிகள்லயும் வியாபாரம்.

கடை தொடங்கிட்டாலும் மார்க்கெட்டிங் யுத்தி எதுவும் புரியல. எல்லாம் சேத்து ஒரு நாளைக்கு 500 ரூபா வித்தா பெரிசு. சென்னையோட முழு மார்க்கெட்டும் ரெண்டு பெரிய நிறுவனங்கள் கையில இருந்துது. இது தவிர சின்ன, சின்னதா

400 கம்பெனிகள். இதையெல்லாம் தாண்டி அருண் ஐஸ்கிரீமை எடுத்துட்டு போற வழி எதுவும் எனக்கு பிடிபடல.

அதிகாலை 6 மணிக்கு கடை திறந்தா இரவு 8 மணி வரைக்கும் ஐஸ், ஐஸ்கிரீம். தரையில தண்ணீர் படாத ஒரு பகுதியில் என் படுக்கை. கிட்டத்தட்ட 24 மணி நேரமும் கடையில் தான். ஆனாலும் கடை, வண்டி வியாபாரத்தை தாண்டி இன்னொரு தளத்துக்கு என் தொழிலை விரிவுபடுத்த முடியல. இருந்தும் எனக்கு நம்பிக்கை குறையல. லாப நட்டத்தை விட, புதுசா இன்னைக்கு என்ன செஞ்சோம், நாளைக்கு என்ன செய்யப்போறோம்ங்கிறது தான் தேடலா இருந்துது.

1980கள்ல சென்னை தாண்டி மற்ற நகரங்களுக்கு ஐஸ்கிரீம் பெரிசா அறிமுகமாகல. பெரிய, பெரிய டிபார்ட்மெண்டல் ஸ்டோர்கள், சினிமா தியேட்டர்கள் மாதிரி இடங்கள்ல மட்டும் தான் கிடைக்கும். பெரிய நிறுவனங்களை தாக்குப்பிடிச்சு தொழில்ல நிக்கனுன்னா வேற ஏதாவது ஒரு மார்க்கெட்டை பிடிக்கனும்.

'சென்னை துறைமுகத்துக்கு வர்ற கப்பல்களுக்கு மொத்தமா ஐஸ்கிரீம் வாங்குவாங்க. அங்கே முயற்சி செய்யுங்களே'ன்னு ஒருத்தர் யோசனை சொன்னார். அலை மாதிரி அலைஞ்சு அந்த மார்க்கெட்டை பிடிச்சேன். அடுத்து என்னோட இலக்கு கல்லூரிகள். மாணவர்களை திருப்திபடுத்துறது சாதாரணம் இல்லை. பேசறது பிடிக்கலன்னாவே கையைத்தட்டி மேடையில இருந்து இறக்கிடுவாங்க. ஆனா அவங்களுக்கு பிடிச்சிட்டா நிச்சயம் கைகொடுப்பாங்க. அவங்ககிட்ட ஐஸ்கிரீமை கொண்டு போறது எப்படி?

சென்னை ஸ்டான்லி மருத்துவக் கல்லூரியை முதல்ல தேர்ந்தெடுத்தேன். கேலி, கிண்டல் எல்லாம் கடந்து அந்த கேம்பஸ்குள்ள வெற்றிகரமா அருண் ஐஸ்கிரீமை கொண்டு போனேன். அடுத்து ஐ.ஐ.டி. கல்லூரி விடுதிகள், கடைகளை ஆக்கிரமிச்சாச்சு. அடுத்து நான் குறிவைச்சது திருமண மண்டபங்களை. கல்யாண விருந்தில் ஐஸ்கிரீமையும் சேத்துக்கலாமேன்னு யோசனை சொல்லி நிறைய பேரை அணுகுனேன். முதல்ல விசித்திரமா பாத்தவங்க பிறகு சம்மதிச்சாங்க. அங்கேயும் ஜெயிச்சாச்சு.

22 வயசுக்குள்ள இது 3 மார்க்கெட்டும் எனக்கு சாத்தியப்பட்டுது. ஆனால் மொத்த ஐஸ்கிரீம் மார்க்கெட்ல இது வெறும் 5 சதவிகிதம் தான். மீதமுள்ள 95 சதவிகிதம் பெரிய நிறுவனங்கள் கையில. இதை உடைக்க நான் குறி வைச்சது கிராமங்கள் மேல.

முதல்ல மதுரையை தேர்வு செஞ்சோம். டெலிபோன் டைரக்டரியை எடுத்து அதில உள்ள எல்லாருக்கும், 'இந்த நாளன்னிக்கு உங்க பகுதிக்கு அருண் ஐஸ்கிரீம் வருது'ன்னு போன்ல தகவல் சொல்லி ஆர்டர் வாங்கினோம். நிறைய பேருக்கு கடிதம் எழுதினோம். நான் எதிர்பார்த்ததை விட இதுக்கு அமோக வரவேற்பு. இதே நுட்பம், கோவை, நெல்லை, கும்பகோணம், புதுக்கோட்டைன்னு எல்லா இடங்கள்லயும் பலன் கொடுத்துது. வியாபாரம் விரிஞ்சுது. அதுக்கு தகுந்த மாதிரி உற்பத்தியை அதிகரிக்கணும். நிறைய கடன்வாங்கி முதலீடு செஞ்சேன். தகுதியுள்ள ஆட்களை உள்ளே கொண்டு வந்து நிர்வாகத்தில இறக்குனேன். நிறைய ஊர்கள்ல பார்லர் திறந்தோம். வகைவகையான சுவைகள்ல ஐஸ்கிரீம் கொண்டு வந்தோம். இந்த திட்டமிடலும், வெறி கொண்ட உழைப்பும் பத்தே வருஷத்தில தமிழகத்தில நம்பர் 1ங்கிற நிலைக்கு அருண் ஐஸ்கிரீமை உயர்த்துச்சு. எங்க நிறுவனம் விதையா இருந்தப்போ விருட்சமா வளர்ந்து நின்ன பெரிய நிறுவனங்கள் எங்க வளர்ச்சியை பாத்து பிரமிச்சு நின்னாங்க.

என்னோட மூலதனமே திட்டமிடலும், நம்பிக்கையும் தான். சாதாரணமா என்னை நிறைவு செய்ய முடியாது. ஐஸ்கிரீம் மார்க்கெட் கைவந்த பிறகு வேறு என்னங்கிற கேள்வி வந்து நின்னப்போ பால் பவுடர் தயாரிக்கிற எண்ணம் வந்தது. ஆனா அதில ஜெயிக்க முடியல. பால் பவுடருக்கு போதிய வரவேற்பு கிடைக்காம நஷ்டம் ஏற்பட்ட நேரத்தில அடுத்த திட்டமா உதிச்சது பால் விற்பனை. மார்க்கெட்ல 'டோண்ட் பால்' மட்டுமே இருந்த நேரத்தில நாலரை சதவிகித கொழுப்புச் சத்துப் பாலை தயாரிக்கனுன்னு நான் சொன்னப்போ என் ஊழியர்களே எதிர்த்தாங்க. நான் உறுதியா இருந்தேன். ஆரோக்யா பாலுக்கு பெரிய வரவேற்பு கிடைச்சுது.

இப்போ, பால் விற்பனையை கடந்து பால் பொருட்கள் உற்பத்தி வரைக்கும் வந்தாச்சு. நிறைய ஏற்றுமதி செய்றோம். தினமும் 10 லட்சம் லிட்டர் பால் விற்பனையாகுது. 3 லட்சம் விவசாயிகள் எங்கக்கிட்ட பால் விக்கிறாங்க. 6500 கிராமங்கள்ல கொள்முதல் செய்றோம். 10 தொழிற்சாலைகள், 5000 ஊழியர்களோட அடுத்த கட்டத்தை நோக்கி நகரத் தொடங்கியிருக்கு எங்கள் நிறுவனம்.

தொழில் வாய்ப்புகள் இல்லாத கிருஷ்ணகிரி மாவட்ட இளைஞர்கள் மத்தியில எங்கள் நிறுவனம் உருவாக்கியிருக்கிற

மாற்றம் பிரமிப்பானது. இளைஞர்களுக்கு பயிற்சி கொடுத்து, வங்கி கடன் வாங்கி கொடுத்து பால் பண்ணை வைக்க உதவியிருக்கோம். 1200 கிராமங்கள்ல தினமும் 75 லட்சம் பால் கொள்முதல் செய்றோம்.

என்னோட நிறுவனங்கள் ஒரு தனி மனிதனோட உழைப்பில் மட்டும் விளைஞ்சதா நான் நினைக்கல. அனுபவமும், அர்ப்பணிப்பும் கொண்ட ஊழியர்களுக்கும் இதில பங்கிருக்கு. பாதை நெடுக வெற்றியை மட்டுமே அள்ளிக்கட்டிக்கிட்டு நடந்து வந்திடலை நான். ஒரு வெற்றிக்குப் பின்னாடி 10 தோல்வியிருக்கு. நான் எடுத்த முடிவுகள்ல பல முடிவுகள் நிறைய சேதாரத்தை தந்திருக்கு. ரத்தமும், சதையுமா நிறைய கஷ்டம், வலி எல்லாமும் இந்த வளர்ச்சிக்குப் பின்னாடி உறைஞ்சிருக்கு. ஆனால் அதை முன்னிலைப்படுத்திறதுல எனக்கு உடன்பாடில்லை. காரணம், களத்துக்கு வந்த பின்னாடி காயம்படுமேன்னு கலங்குறவன் நல்ல வீரனில்லை. அது தொழிலுக்கும் பொருந்தும். அறிவுப்பூர்வமான உழைப்பும், எதையும் எதிர்கொள்கிற நம்பிக்கையும் இருந்தா எந்த சாமானியனும் சிகரத்தை தொட முடியும்! இது தான் என் அனுபவத்தை காட்சிப்படுத்தி இன்றைய இளைஞர்களுக்கு நான் சொல்ல வர்ற செய்தி.

தேவிபாலா

எழுத்தாளர்

அன்பு நிலையம், 2,
நெடுஞ்செழியன் தெரு,
காந்திநகர், ஆவடி

எல்.ஐ.சியில ஏஜெண்டா இருந்த நேரம். கலைமகள் இதழ்ல ஒரு சிறுகதைப் போட்டி அறிவிச்சாங்க. ‘சுமங்கலிப் பிரார்த்தனை’னு ஒரு கதை எழுதி அம்மாக்கிட்ட காமிச்சேன். கதையை படிச்ச அம்மா, ‘நல்லாயிருக்குடா... திருவேற்காடு தேவி காலடியில வச்சுட்டு அனுப்பி வை’ன்னு சொன்னாங்க. திருவேற்காடு போயி அம்மா காலடியில வச்சு எடுத்தப்போ, திடீர்னு, ஒரு ஞானோதயம். சுஜாதா, புஷ்பா தங்கத்துரை மாதிரி நாமும் ஏன் புனைப்பெயர் வச்சுக்கக்கூடாது..? என்னோட பேரு பாலசுப்பிரமணியன். திருவேற்காடு ‘தேவி’ பேற முன்னாடி போட்டு ‘பாலா’ வை பின்னாடி சேத்தேன். ‘தேவிபாலா’ங்கிற பேர்ல அந்த சிறுகதை வெளியானதோட, 250 ரூபா பரிசும் கிடைச்சுச்சு. இதுதான் என் எழுத்துக்குக் கிடைச்ச முதல் அங்கீகாரம்.

எங்களுக்கு பூர்வீகம் பாலக்காடு பக்கத்தில பள்ளசேனா கிராமம். இப்போ தொடர்பு விட்டுப்போச்சு. எப்போதாவது கண்ணூர்ல இருக்கிற எங்க குலதெய்வமான ராஜராஜேஸ்வரி கோவிலுக்குப் போறதோட சரி. அப்பா ராமன், ரயில்வே

ஸ்டேஷன் மாஸ்டரா வேலை செஞ்சவர். மூணு வருஷத்துக்கு ஒரு முறை அவருக்கு மாற்றல் வந்துக்கிட்டே இருக்கும். ஆந்திரா, கேரளான்னு சுத்திக்கிட்டே இருப்போம். பெட்டவாய்தலைக்குப் பக்கத்தில உள்ள எழமனூர்ல வேலை செஞ்சப்ப தான் நான் பிறந்தேன். அம்மா பேரு ரங்கநாயகி. மொத்தம் நாலு பிள்ளைகள்ல நான் கடைக்குட்டி.

அண்ணன் அகிலேஸ்வரன் எனக்கு 16 வருஷம் மூத்தவர். அவருக்கு அடுத்து அலமேலு அக்கா. அடுத்தது சரோஜா அக்கா. திருப்பராய்த்துறை ஸ்கூல்ல தான் என்னோட ஆரம்பக்கல்வி. மூணாவது முடிக்கிறதுக்குள்ள அப்பாவுக்கு ஊட்டி, வெலிங்டனுக்கு மாற்றல் வந்துடுச்சு.

பட்டை, பட்டையா விபூதி பூசிக்கிட்டு குளோஸா கிராப் வெட்டி, வெளியில பாக்க ஆச்சாரமான பிராமணராத்தான் அப்பா இருப்பார். அம்மாவும் மடிசார்தான் கட்டுவாங்க. ஆனா மனசளவில ரெண்டு பேருமே எந்த கட்டுப்பாட்டுக்குள்ளயும் சிக்கிக்காதவங்க. எல்லா மட்டத்திலயும் அப்பாவுக்கு நண்பர்கள் உண்டு. ஜாதி, மதம் கடந்து மனிதாபிமானத்தோட பழகுவார். அப்பாவுக்கு கீழே வேலை செஞ்ச பில்கிளார்க் ஒரு கிறிஸ்தவர். நாங்க அந்தக் கிறிஸ்தவக் குடும்பத்துப் பிள்ளைகளாத்தான் வளந்தோம். சின்ன வயசிலயே, கட்டுப்பாடில்லாம பரந்துபட்டு வாழ்ற அனுபவம் பெத்தவங்க மூலமா எங்களுக்கு கிடைச்சுது.

அம்மாவும், அப்பாவும் நல்லாப் பாடுவாங்க. அதனால எங்களுக்கும் சின்ன வயசிலயே இசை அறிமுகமாயிடுச்சு. நிறைய சினிமாவுக்கு அழைச்சிட்டுப் போவாங்க. படிப்பு உள்பட எந்த விஷயத்திலயும் அவங்க முடிவை எங்களுக்குள்ள திணிக்க மாட்டாங்க. அதே நேரம் எங்க முதுகுக்குப் பின்னாடி அவங்க கண்காணிப்பு இருந்துக்கிட்டே இருக்கும். சுயமா முடிவெடுக்கிற திறனையும், கட்டுப்பாட்டோட இருக்கனுங்கிற எண்ணத்தையும் இது எங்களுக்குள்ள உருவாக்குச்சு.

அம்மா நிறைய புத்தகங்கள் படிப்பாங்க. வடுவூர் துரைச்சாமி அய்யங்காரோட கிரைம் கதைகள்ல தொடங்கி, கல்கி, ஜானகிராமன், தேவன், ஜெயகாந்தன்னு இலக்கியங்கள் வரைக்கும் எல்லாம் வாசிப்பாங்க. வீட்டுக்கு எல்லா வார இதழ்களும் வரும். ‘நீ வயித்தில இருந்தப்போ நான் படிச்ச புத்தகங்கள் தாண்டா உன்னை எழுத்தாளரா ஆக்கியிருக்கு’னு அம்மா அடிக்கடி சொல்வாங்க. கேக்கவே சந்தோஷமா இருக்கும்.

அப்பா நல்ல நண்பர். எந்த விஷயத்தையும் அவர்கிட்ட மனம் விட்டு பேசமுடியும். தப்புச் செஞ்சாக்கூட மனசைப் பாதிக்காம சுட்டிக்காட்டுவார். என்ன வேலையிருந்தாலும் ராத்திரி 7 மணிக்கு வீட்டுக்கு வந்திடுவார். எல்லாரும் உக்காந்து சாப்பிட்டுக்கிட்டே பேசுவோம். நாங்க ஸ்கூல் அனுபவத்தை சொல்ல, அவர் அலுவலகத்தில நடந்ததை எல்லாம் சுவாரஸ்யமா சொல்லுவார். கேலி, கிண்டல்னு அடுத்த 2 மணிநேரம் சந்தோஷமா கழியும். இன்னைக்கு அப்பா, அம்மா இல்லை. ஆனாலும் அந்த பகிர்ந்து கொள்ளல் என் வீட்டில் தொடருது. இன்னைக்கும் என்னை வழி நடத்துற பல நல்ல விஷயங்கள் என் பெற்றோர்கிட்ட விளைஞ்சது தான். பிள்ளைகளுக்கு ஏட்டுக்கல்வி மட்டும் போதாது, அதைக் கடந்து நிறையக் கத்துக்கனும்னு திட்டமிட்டு வளத்தாங்க.

சொன்னா நம்பக்கூட மாட்டாங்க. மணியன் சாரோட இதயவீணை கதையை நான் படிச்சப்போ எனக்கு அஞ்சு வயசு. அப்பவே நல்லா தமிழ் வாசிப்பேன். கதையோட ஆழம் புரியாட்டாலும் வார்த்தைகளை கோர்த்து படிச்சு திருப்தியடையுற அளவுக்கு எனக்கு பக்குவம் வந்திடுச்சு. அம்மாகூட உக்காந்து அவங்க வாசிக்கிறதை கேட்டதால அது சாத்தியப்பட்டிருக்கலாம்.

6ம் வகுப்பு படிச்சப்போ, ராணி பத்திரிகையில ஒரு சிறுகதைப் போட்டி. நோட்டுப்புத்தகத்தில மூணு பக்கத்துக்கு ஒரு கதை எழுதினேன். அப்பாதான் அனுப்பி வச்சார். பத்து நாள்ல ஒரு பதில் வந்துது. ‘உங்கள் கதையை பிரசுரிக்க முடியாமைக்கு வருந்துகிறோம். உங்கள் முயற்சி வெல்லட்டும்’ன்னு எழுதி ஆசிரியர் கையெழுத்து இருந்துது. எனக்கு தலைகால் புரியல. ஒரு பத்திரிகை எனக்கு அனுப்பின அங்கீகாரமா அதை பாத்தேன்.

பத்தாவது முடிக்கிறதுக்குள்ள ஜெயகாந்தன், தி.ஜா எழுத்துகளை வாசிக்கப் பழகிட்டேன். பள்ளிக்கூடத்தில இருந்து வந்த மாணவர் இதழ்கள்ல எழுதுனேன். பேச்சு, பாட்டு, மாறுவேடம்னு ஆல்ரவுடண்டரா இருந்தேன்.

பள்ளிக்கூடம் முடிக்கிறதுக்குள்ள அப்பா ரிடையர் ஆகிட்டார். அண்ணனுக்கு திருமணம் முடிஞ்சிடுச்சு. சரோஜா அக்காவுக்கு அண்ணன் வேலைபாத்த வெடிமருந்து ஃபேக்டரியில வேலை கிடைச்சிடுச்சு. அப்பாவுக்கு வயசாயிட்டதால ஊட்டி குளிர் ஒத்துக்கல. நானும் கல்லூரிக்கு போக வேண்டிய நிலை. அண்ணனுக்கு டிரான்ஸ்பர் கிடைக்கல. ஆனா, அக்காவுக்கு ஆவடி குளோத்திங் பேக்டரிக்கு டிரான்ஸ்பர் கிடைச்சுது. சென்னைக்கு கிளம்பி வந்துட்டோம்.

இங்கே, தியாகராஜா கல்லூரியில சேந்தேன். சினிமா தியேட்டர், ஹோட்டல்கள் எல்லாம் நிறைஞ்ச கமர்சியலான ஏரியா. மகாராணி தியேட்டர்ல எம்.ஜி.ஆர் படம் வந்தா, முதல்ல காலேஜ்க்கு வந்து எத்தனை டிக்கெட் வேணும்னு கேப்பாங்க. கல்லூரியே காலியாகிடும். ஸ்ட்ரைக், அடிதடினு ஆயிரம் பிரச்னை இருந்தாலும் பாடங்கள் ரொம்ப நல்லா நடக்கும். மிகச்சிறந்த பேராசிரியர்கள் இருந்தாங்க. கல்லூரியில என்ரசனை வேறு மாதிரி இருந்துச்சு. பாலச்சந்தர் சார், ஸ்ரீதர் சார், பாரதிராஜா படங்களை தேடித்தேடி பாத்தேன். குறிப்பா, கே.பி சார் படன்னா முதல்நாளே கியூவில நின்னு பிரேம், பிரேமா ரசிச்சுப் பாப்பேன்.

கல்லூரி நல்ல களமா இருந்துச்சு. இராமாயணத்தில் உங்களை கவர்ந்த பாத்திரம் எதுன்னு ஒரு கட்டுரைப் போட்டி வச்சிருந்தார் தமிழ் பேராசிரியர் குமாரசாமி. எல்லாரும் சீதா, ராமர், ராவணன்னு எல்லாரும் எழுதினாங்க. நான் மட்டும், வாலியைப் பத்தி எழுதினேன். ‘வித்தியாசமா சிந்திக்கிறே, எழுத்துத் துறையில நல்ல இடத்துக்கு வர வாய்ப்பிருக்கு. விட்டுடாம எழுது’னு வாழ்த்தினார் குராமசாமி சார். அந்த வார்த்தைகள் டானிக் மாதிரி இருந்துச்சு.

கல்லூரியில விஜயகுமார்ன்னு ஒரு நண்பன் கிடைச்சார். அவர் மூலமா, ஷிட்னி ஷெல்டன், ஹெரால்டு ராபின்ஸ் புத்தகங்கள் அறிமுகமாச்சு. பி.எஸ்.சி முடிச்சதும், அண்ணனும், அக்காவும் எம்.எஸ்.சி படின்னாங்க. எனக்கு ஆர்வமில்லை.

வேலையில்லாத் திண்டாட்டம் தலைவிரிச்சாடின நேரம். பெரம்பூர் சிம்சன் கம்பெனியில அப்ரண்டீஸா வேலைக்கு சேந்தேன். அடுத்து, எல்ஐசியில ஏஜெண்டா இருந்தேன்.

கலைமகள்ல என்கதை வந்த பிறகு இன்னும் ஈடுபாட்டோட எழுத ஆரம்பிச்சேன்.

இதயம் பேசுகிறது சிறுகதைப் போட்டிக்கு ‘ஒரே கேள்வி’ன்னு ஒரு கதை எழுதினேன். அதுவும் தேர்வாச்சு. இதுக்கிடையில அம்பத்தூர் கோத்ரெஜ் கம்பெனியில விற்பனை பிரதிநிதியா வேலைக்கு சேர்ந்தேன். கோட்டயத்தில வேலை. அங்க இருந்த சூழ்நிலை மனசுக்கு ஒட்டல. வேலைய விட்டுட்டு வீட்டுக்கு வந்துட்டேன். அப்பா கொஞ்சம் கவலைப்பட்டார். ‘எதையும் கடந்து வாழப் பழகிக்கணும். மனசளவில குழந்தையா இருந்துடக்கூடாது’னு அறிவுரை சொன்னார்.

இந்த நேரத்தில ஏதாவது எழுதனும்னு தோணுச்சு. என் அனுபவத்தை வச்சு 'யாருக்கு வேண்டும் இந்த வேலை'னு ஒரு கதை எழுதி சாவிக்கு அனுப்புனேன். அடுத்த வாரமே கதையை பிரசுரிச்ச சாவி சார், 'வித்தியாசமா எழுதுறீங்க, சாவி உங்களை வரவேற்கிறது'னு ஒரு கடிதமும் அனுப்பியிந்தார். அதுக்குப் பிறகு வாரம் ஒரு கதை சாவியில வரத் தொடங்குச்சு. ராஜேஷ்குமார், பட்டுக்கோட்டை பிரபாகர், சுபாவெல்லாம் பாப்புலர் ஆகத் தொடங்கின நேரம். அந்த நேரத்திலதான் என் என்ட்ரி.

பரபரன்னு ஓடுச்சு. தனலெட்சுமி கன்சாலிடேட்ன்னு ஒரு பைனான்ஸ் நிறுவனத்தில அக்கவுண்டட் பிரிவில வேலை செஞ்சுக்கிட்டே எழுதினேன். சர்ச்சைகளுக்குரிய விஷயங்களை தொட்டு நிறைய சிறுகதைகள். எல்லா இதழ்கள்லயும் எழுதுனேன். தொடர்கதை எழுதுற வாய்ப்பை சாவிதான் கொடுத்தார். 'அக்டோபர் பௌர்ணமி'ன்னு கிரைம் தொடர். பரவலா கவனிக்கப்பட்டுச்சு. அடுத்து 'மோனா' இதழ்ல நாவல் எழுதுற வாய்ப்பும் தந்தார். அதுக்குப் பிறகு ஒரே மாதத்தில நாலைஞ்சு நாவல் வரத் தொடங்குச்சு. எழுத்து, வாழத் தேவையான வருமானம் தரும்னு நம்பிக்கை வந்தப்போ வேலைக்கு போறதை நிறுத்திட்டு முழுநேரமா எழுதத் தொடங்கிட்டேன்.

'போகட்டும் விடு'னு ஒரு சிறுகதையைப் படிச்ச எம்.எஸ் பெருமாள், தூர்தர்ஷன்ல இதை தொடரா பண்ணச் சொன்னார். ஒரு மீனின் கண்ணீர்ங்கிற பேர்ல ஒளிபரப்பாச்சு. அதுக்குப்பிறகு பிடிஐக்காக 'எல்லைகளின் விளம்பில்'னு 13 வாரத் தொடர் ஒன்னு செஞ்சேன்.

86ல திருமணம். மனைவி பேரு சாந்தி. அம்பத்தூர் 'ஐசிஎம்ஆர்'ல வேலை செய்தாங்க. மகள் ஸ்ருதி. பிளஸ்டூ படிக்கிறா. அவ பிறந்தபிறகு தான் என் வாழ்க்கையில திருப்புமுனை வந்துது. 'மடிசார் மாமி'னு ஒரு தொடர். ஆனந்த விகடன்ல வந்தது. என்னை பரபரப்புக்குள்ள தள்ளினது அந்த தொடர்தான். அந்த தொடர் டிவி சீரியலாவும் வந்துச்சு. விவேக்சித்ரா சுந்தரம் சார் செஞ்சார். தொடர்ந்து ஏவிஎம், சத்யஜோதி, டெலிபோட்டா, கவிதாலயான்னு நிறைய தொடர்கள். இப்போ பத்தாயிரம் எபிசோடை தாண்டியாச்சு.

எந்த கே.பி சாரோட படத்தைப் பிரேம், பிரேமா பாத்து வியந்தேனோ, அதே கே.பி.சார்கிட்ட ஒரு நண்பனா பழகுற வாய்ப்பும், அவர்கூட வேலை செய்யிற வாய்ப்பும் கிடைச்சுச்சு.

படங்கள்ல ஏவிஎம் உருண்டையை பாக்கிறப்போ பிரமிப்பா இருக்கும். இன்னைக்கு என்மேல அன்பும், என் வளர்ச்சியில அக்கறையும் கொண்ட நண்பரா சரவணன் சார் இருக்கார். அசோக்நகர்ல வீடு பாத்து, வாங்கவும் உதவி செஞ்சது அவர் தான். இன்னை வரைக்கும் என்மேல மாறாத அன்பு வச்சிருக்கிற அவருக்கு நான் நிறைய நன்றிக் கடன் பட்டிருக்கேன். அதே போல சத்யஜோதி தியாகராஜன் சார். அவரும் என் கேரியர்ல முக்கியமானவர்.

பத்திரிகைகள் ஆகட்டும், டிவி சீரியல்கள் ஆகட்டும், எதுவா இருந்தாலும் என் எழுத்துல பாசாங்கும், புனைவும் இருக்காது. எதார்த்தத்துக்குப் புறம்பா எதையும் என்னால எழுத முடியாது. நான் ரசிச்ச, அனுபவிச்ச, என்னை பாதிச்ச விஷயங்கள் தான் படைப்பா வெளி வருது. நல்ல குடும்பம், நல்ல நண்பர்கள்னு எனக்குக் கிடைச்ச வாழ்க்கை தான் என் எழுத்தை பரிபூரணமாக்குது..!

வே. கணேசன்
பொன்னுச்சாமி ஹோட்டல்

கௌடியா மடம் சாலை,
இந்தோ பர்மா சிலோன் லாட்ஜ் அருகில்
ராயப்பேட்டை.

1953ம் வருஷம். தூத்துக்குடி எக்ஸ்பிரஸ்ல அப்பா வேலுப்பிள்ளை கையை புடிச்சிக்கிட்டு எக்மோர் ஸ்டேஷன்ல வந்து இறங்கினப்போ எனக்கு வயசு 9. கூடவே அம்மா சிகப்பி, தங்கை.

அனுமந்தகுடி தவிர வேறெதையும் பார்த்திருக்காத நான், சென்னையை ஒரு கனவு தேசமா மனசுக்குள்ள வரைஞ்சு வச்சிருந்தேன். ஆனா, பரந்த சமவெளியில குத்துக்கல்ல கவுத்து வெச்ச மாதிரி அங்கங்கே சில கட்டிடங்கள். வயக்காடு, கொல்லைக்காடு, வேலிகாத்தான், காட்டுக்கருவைன்னு, எங்க ஊர் மாதிரியே விரிஞ்சு கிடந்துச்சு நான் முதன்முதல்ல பார்த்த சென்னை.

பிளாட்பாரத்தை தாண்டி ரோட்டுக்கு வந்தா வரிசையா குதிரை வண்டிங்க. ஒரு வண்டியை பேரம் பேசி பிடிச்சார் அப்பா. பள்ளம் மேடு, காடு கருவு தாண்டி ராயப்பேட்டையில நின்னுச்சு குதிரை வண்டி.

இன்னைக்கு வான்முட்ட வளந்து நிக்கிற ராயப்பேட்டை, அப்போ வெறும் குடிசைக் குடியிருப்பு. 'இந்தோ பர்மா

சிலோன் லாட்ஜ்' தவிர வேற காரைக் கட்டிடங்கள் இல்லை. கௌடியாமடம் ரோட்டில, இந்த லாட்ஜ்க்கு எதிரே ஒரு ஆள் நீட்டிப் படுத்து அடங்க முடியாத அளவுக்கு 4 ரூம். அதில தங்கியிருந்த 4 பேச்சிலர்களுக்கு சமைச்சுப் போட்டு, அந்த அறை ஓரமாவே தங்கியிருந்தார் அப்பா. அந்த மாதிரியான சூழல்ல, குடும்பத்தையே சென்னைக்கு அழைச்சிட்டு வந்தது அவரோட அதீத தைரியம். இன்னைக்கு எங்களை ஒரு நல்ல வாழ்க்கைக்கு தயார்படுத்தினதும் அந்த தைரியம் தான்.

எங்களுக்கு சொந்த ஊர் தேவகோட்டை பக்கத்தில அனுமந்தங்குடி. ஊருணிப் பாசனத்தில கொல்லைக் காடெல்லாம் பச்சை மாறாம பூத்துக்கெடக்கிற பூமி. அப்பா, அம்மா ரெண்டு பேருக்குமே எழுதப் படிக்கத் தெரியாது. அம்மா வயக்காட்டு வேலைக்கு போவாங்க. காலையில தூக்குச்சட்டியில கஞ்சித்தண்ணியை ஊத்திக்கிட்டு கிளம்பிப் போனா வெயில் சாய, 6 மணிக்கு வீட்டுக்கு வருவாங்க. அதுக்குப் பிறகு, சாப்பாடு ஆக்கி, சட்டிப்பாத்திரம் கழுவி அசந்து படுக்க 11 ஆவும். அதிலயும் நல்ல சோறுக்கு வழியிருக்காது. அம்மா வரும்போது நெல்லு கொண்டு வந்தா அன்னைக்கு அரிசிச்சோறு. கம்பு கொண்டு வந்தா கம்மங்கூழு. சொந்தமா சொல்லிக்க ஒரு குண்டு நிலம் இல்லை. அப்பாவும் வரப்பு வெட்ட, வயல் உழுக, கருதடிக்கனு ஆரம்பத்தில வயக்காட்டு வேலைக்குத்தான் போவார்.

பக்கத்தில செட்டிநாடு. கல்யாணம், காதுகுத்துன்னு வீட்டில எந்த விழா நடந்தாலும் சொந்த பந்தத்தைக் கூட்டி விருந்து வைக்கிற வழக்கமுள்ள மக்கள் அவங்க. குறைஞ்சது தெனமும் 4 வீட்டில ஆடுகிடாய்னு விருந்து சமையல் நடக்கும். அப்படி நடக்கிற விழாக்களுக்கு ஆளோட ஆளா அப்பாவும் கூலிக்குப் போவார். காய்கறி வெட்ட, வெங்காயம் உறிக்க, கறி நறுக்கனு போக ஆரம்பிச்ச அப்பா கொஞ்ச நாள்லயே சமைக்கவும் கத்துக்கிட்டார். அப்படி சமைக்கப்போன இடத்தில பழக்கமான ஒரு செட்டியார் 'பர்மாவுக்கு சமைக்க வாரியா...'னு கூப்பிட, சரினு கிளம்பிட்டார்.

நாலைஞ்சு மாசத்துல திடீர்னு பர்மாவில பிரச்சினை. செட்டியாரோட சேந்து அப்பாவும் கிளம்பி வந்திட்டார். அதுக்குப் பிறகு, கோயம்புத்தூர் சண்முகா தியேட்டர் ஓனர் வீட்டுக்கு சமைக்கப் போனார். இது நடக்கும்போது எனக்கு 1 வயசு.

8 வருஷம் கோவையில வேலை செஞ்சார். மாத சம்பளம் 15 ரூபா. ஏதாவது கூடுதலா செஞ்சு நாலு காசு கையில பாக்கணும்னு

தவிச்ச அப்பாக்கிட்ட 'மெட்ராஸ் போயி 10 பேருக்கு சமைச்சுப் போட்டா கை நிறைய காசு பாக்கலாமுடா'னு யாரோ ஒருத்தர் சொல்ல, சென்னைக்கு கிளம்பிட்டார்.

55/1, கௌடியா மடம் ரோடு, மேன்சன்ல இருந்தவங்க தான் அப்பாவோட முதல் கஸ்டமர்கள். அப்பாவோட கைப்பக்குவத்தால கொஞ்ச நாள்லயே இந்த எண்ணிக்கை அதிகமாச்சு. உடனே பக்கத்தில, 5 ரூபாய் வாடகைக்கு ஒரு இடத்தை பிடிச்சு கொஞ்சம் விரிவுபடுத்தினார். நேர்மையும், தொழில் சுத்தமும் இருந்ததால வெளியிடங்கள்ல இருந்தும் கூட அப்பாவைத் தேடி வர ஆரம்பிச்சாங்க. அப்போ தான் எங்களையும் சென்னைக்கு அழைச்சிட்டு வந்தார் அப்பா.

மாசம் 8 ரூபாய் வாடகைக்கு ஒரு வீட்டில எங்களை குடி வைச்சார் அப்பா. அம்மாவும், அப்பாவும் ராத்திரி, பகல் பாக்காம உழைச்சாங்க. நான் ஸ்கூல் போற நேரம் போக மற்ற நேரங்கள்ல தண்ணி வைக்கிறது, இலை எடுக்கிறதுனு உதவிகள் செய்வேன்.

தொடக்கத்தில மதியம், இரவு சாப்பாடு மட்டும் தான். மின்சாரம் இல்லை. பெட்ரோமாக்ஸ் விளக்கு தான். அடுத்தடுத்து 2 தம்பி, 1 தங்கை பிறந்தாங்க. ஹோட்டலுக்கு என் தம்பி பொன்னுச்சாமியோட பேரை வச்சார். கீழே பாயை விரிச்சு, ஒரே நேரத்தில 20, 30 பேருக்கு சாப்பாடு போடுவார். அப்போ எங்க கடையோட ரெகுலர் கஸ்டமர்கள் கவிஞர் பட்டுக்கோட்டை கல்யாணசுந்தரம், நடிகர் கே.ஆர்.ராமசாமி. கல்யாணசுந்தரம் பாதி நேரம் எங்க ஹோட்டல்ல தான் உக்காந்திருப்பார். அவருக்கும், அப்பாவுக்கும் நல்ல நட்பு.

'புழலேறி நீர் இருக்க
போகவர காரிருக்க
பொன்னுச்சாமி சோறிருக்க
போவேனோ சென்னையை விட்டு
ஞானதங்கமே... நான்
போவேனோ சென்னையை விட்டு
ஞானத்தங்கமே'னு

எங்க ஹோட்டலை வச்சு ஒரு பாட்டே எழுதினார் கல்யாணசுந்தரம்.

வர்றவங்ககிட்ட அன்பா பேசுறது, அவங்க கேக்குறதுக்கு முன்னாடியே தேவையானதை கொடுக்கிறதுனு அப்பா உணர்வுப்பூர்வமா ஹோட்டலை நடத்தினார்.

எங்களை நல்லா படிக்க வச்சார். பள்ளிக்கூட நேரம் போக மற்ற நேரங்கள்ல எல்லாரும் ஹோட்டலுக்கு வந்திடுவோம். நடுராத்திரி எழுந்து மார்க்கெட்டுக்கு போறது தொடங்கி, சமைச்சு, பரிமாறி, இலை எடுக்கிறது வரைக்கும் எல்லா வேலையும் அவரே செய்வார்.

71ல நான் பி.எல் படிச்சிட்டு வந்தவுடனே என்கிட்ட பொறுப்பை கொடுத்தார். ஆனாலும் அவர் எதையும் விட்டு விலகலே.

மார்க்கெட், சமையல்னு வயசுக்கு மீறி உழைச்சார் அப்பா. 'பிச்சுப்போட்ட கோழி, உடைச்சுப் போட்ட கோழிக்காலு'னு அவரோட மொழியிலயே ஒவ்வொரு வெரைட்டிக்கும் பேரு வைப்பார். லாபத்தை பெரிசா நினைக்காம, எந்த பொருளையும் தரமா தரணும்ங்கிறது அவரோட கொள்கை. அவரோட 30 வருட உழைப்பில அவர் மிச்சப்படுத்தினது இந்த 1 கிரௌண்ட் நிலம் தான். ஆனா பொன்னுச்சாமிங்கிற பேருக்கு கிடைக்கிற வரவேற்பும், மரியாதையும் அவர் எங்களுக்கு விட்டுப்போன பிரமாண்டமான சொத்து.

தம்பிகள் பொன்னுச்சாமி, சோலை இரண்டு பேரும் என்கூட பொறுப்புக்கு வந்த பிறகு நிறைய மாற்றம். 86ல, கூடுதலா கொஞ்சம் இடம் வாங்கி ஹோட்டலை புதுப்பிச்சு அப்பாவை கல்லாவில உக்கார வச்சோம். சென்னையைத் தாண்டி துபாய், சார்ஜானு நாடு கடந்தும் கிளை பரப்புனோம். அப்பாவும், அம்மாவுமா தொடங்கின இந்த ஹோட்டல்ல இப்போ 650 ஊழியர்கள். இப்போ ஒரே நேரத்தில 1000 பேர் சாப்பிடலாம்.

ஆனா இதையெல்லாம் பாக்க எங்க அப்பா இல்லை. அவர் கத்துக்கொடுத்த உழைப்பு, நேர்மை, எளிமை, உண்மை தான் இன்னைக்கும் எங்களை வழி நடத்துது. ரெண்டு சகோதரிகள் உள்பட எல்லாருக்கும் கல்யாணமாயிடுச்சு. நிர்வாகத்துக்கு பேரன், பேத்திகளே வந்திட்டாங்க. புதுசு, புதுசா திட்டமிடுறாங்க. இன்னும் நாலைஞ்சு வருஷத்தில பொன்னுச்சாமி ஹோட்டலை இன்னொரு தளத்துக்கு கொண்டுட்டு போற வேலைகள் நடந்துக்கிட்டு இருக்கு.

ஆனா எல்லா வளர்ச்சிக்கும் ஆதாரம், 'கோவணத்தோட, வேர்வை உருக, உருக, அடுப்படிக்குள்ள நின்னு எங்க அப்பா எரிச்ச அடுப்பு தான்'ங்கிறதை அடுத்த தலைமுறைக்கும் நாங்கள் சொல்லிக் கொடுத்திருக்கோம்.

46 முதல் முகவரி

ஜாங்கிட்
காவல் அதிகாரி

சங்காராம் ஜாங்கிட்,
உதவி ஆய்வாளர் (பொறுப்பு),
ஏரல், தூத்துக்குடி மாவட்டம்.

தமிழ்நாட்டுல போஸ்டிங் கிடைச்சப்போ கொஞ்சம் தயக்கமா இருந்துச்சு. சாப்பாடு, கலாசாரம் எல்லாம் வேற. அதிலயும், தமிழ் கொஞ்சம் ஆழமான மொழி. சாதாரணமா பேசிட முடியாது. இவ்ளோ தொலைவில, மொழியறியாத ஒரு மாநிலத்தில வேலை செய்யப்போறோமேன்னு ஒரு கவலை. ஆனா, கொஞ்சநாள்லயே தமிழ்நாட்டோட சூழ்நிலை என்னை ஈர்த்துடுச்சு. ரொம்ப சீக்கிரமே தமிழ் கத்துக்கிட்டேன். எழுத, படிக்க முடியாதே ஒழிய, புரிஞ்சுக்கிட்டு பதில் சொல்ற அளவுக்கு...!

ராஜஸ்தான்ல பார்மர் மாவட்டத்தில 'ஹமாஸ்'ன்னு ஒரு சின்ன கிராமம். வெளியுலகத்துக்கு அறிமுகமில்லாத உள்ளடங்குன ஊர். வீட்டுக்கு வீடு 1 கிலோ மீட்டருக்கு மேல இடைவெளி இருக்கும். ஊரைச்சுத்தி விஸ்தாரமான காடு. பெரும்பாலும் காட்டை நம்பின ஜீவாதாரம் தான். முக்கியமான தொழில் மேய்ச்சல். மனுஷங்களுக்கு இணையா ஆடு, மாடு, ஒட்டகங்களும் ஜீவிக்கிற கிராமம்.

நகர்ப்புறங்கள்ல கிடைக்காத அமைதியும், நிம்மதியும் அந்த கிராமத்துக்குள்ள நிறைஞ்சு கிடக்கு. மக்களோட வாழ்க்கை இயற்கையை சார்ந்து இருந்தாலும், அதை காயப்படுத்துறதா இல்ல. அதிகாலையில கால்நடைகளை கிளப்பிக்கிட்டு காட்டுக்குள்ள போனா ராத்திரிக்கு தான் வீட்டுக்குத் திரும்புவாங்க.

மேய்ச்சல் தவிர, காட்டைக் கொத்தி விவசாயம் செய்யிற மக்களும் இருக்காங்க. கம்பு, எள்ளு, பயறு வகைகள். உள்ளூர்த் தேவை போக வெளிநகரங்களுக்குப் போய் விக்கிற அளவுக்கு விளைச்சல் இருக்கும். ஊர்லயே ஆரம்பப்பள்ளி இருக்கு. மேல்நிலைக் கல்விக்கு பார்மர் போகணும். எங்க கிராமத்தைச் சேர்ந்த சிலபேர் காவல்துறையில வேலை செஞ்சாங்க.

அப்பா பேரு ட்டி.ஆர்.ஜாங்கிட். நல்ல உழைப்பாளி. ஊர்ல பெரிய மனிதர். 300ஏக்கர் விவசாய நிலம் இருக்கு. அப்பா எந்நேரமும் காடு, கரைன்னுதான் கிடப்பார். அம்மா பேரு கௌரிதேவி. தைரியமும், தன்னம்பிக்கையும் மிக்க பெண். ஒரு அண்ணன் டி.ஆர் ஜாங்கிட். ஒரு வங்கியில பொது மேலாளரா இருந்தார். என் குடும்பத்தில ரொம்ப உன்னதமான மனுஷன் அவர்.

எங்க ஊர் மலையும், காடுமான ஒரு பள்ளப்பகுதிங்கிறதால லேசா மழை பேஞ்சாக்கூட வெள்ளம் சூழ்ந்து நின்னுக்கும். 2 வருஷம் முன்னாடி அப்படி ஒரு வெள்ளம் சூழ்ந்துக்கிச்சு. 200 வருஷமா இது மாதிரி வெள்ளத்தை எங்ககிராமம் கண்டதில்ல. ஆபத்தை உணர்ந்து தயாராகிறதுக்கு முன்னாடியே ஊரைச்சுத்திக்கிட்ட அந்த வெள்ளம், ஆடு, மாடு, ஒட்டகங்க மட்டும் இல்லாம குழந்தைங்க, பெண்களை எல்லாம் அள்ளிக்கிட்டு போகுது. மீட்புத்துறைக்கு தகவல் சொல்லக்கூட அவகாசம் இல்லாத அந்த சூழல்ல, தனியாளா நின்னு என் அண்ணன் பத்து, பதினைஞ்சு பேரை காப்பாத்தினார். ஆனா, கடைசியில அவரையே வெள்ளம் கொண்டு போயிடுச்சு.

1959, ஆகஸ்ட், 1ம்தேதி நான் பிறந்தேன். கிராமத்துப் பள்ளியில தான் தொடக்கக் கல்வி. பள்ளிக்கூடக் காலத்திலேயே போலீஸ் வேலைமேல நிறைய ஆர்வம். எங்க ஊரை கடந்து போற காவல்துறை அதிகாரிகளை இமைக்க மறந்து பாத்துக்கிட்டு நிப்பேன். அவங்க உடை, கம்பீரம் எல்லாம் போலீசாகனுங்கிற கனவை உள்ளே விதைச்சிடுச்சு.

நான் வளர, வளர போலீஸ் கனவும் உள்ளுக்குள்ளயே வளந்துச்சு. படிப்பில இருந்த அளவுக்கு எனக்கு விளையாட்டிலயும் ஆர்வம். கால்பந்து, கைப்பந்து போட்டிகள்ல நிறைய பரிசு வாங்கி பள்ளிக்கூடத்துக்கு பெருமை சேத்துருக்கோம்.

இந்த நேரத்தில, இன்னொரு விஷயத்தையும் சொல்லியாகனும். நான் விரும்புன துறையில, பேர் சொல்ற ஒருத்தனா வர முடிஞ்சுதுன்னா, அதுக்குக் காரணம் என்னோட ஆசிரியர்கள். குறிப்பா, சொரூப்சிங்னு ஒருத்தர். ஒவ்வொரு ஸ்டூடண்டையும், தன்னோட பிள்ளையா நினைச்சு வளத்து எடுத்தவர். இன்னைக்கும் நான் சொந்த ஊருக்குப் போற நேரத்தில அவரைப் பாக்காம திரும்புறதில்ல. ஏணியா இருந்து எல்லாரையும் உயர்த்தி விட்ட அந்த மனிதர் இப்போ ரிடையராகி உடம்பு தளர்ந்து போயிருக்கார்.

ஜெய்ப்பூர், ராஜஸ்தான் யுனிவர்சிடியில எம்.ஏ., எம்.பில் எக்கனாமிக்ஸ் முடிச்சேன். உதவிப் பேராசிரியரா அங்கேயே வேலை கிடைச்சுது. 2 வருஷம் வேலை செஞ்சேன். ஆனாலும் உள்ளுக்குள்ள போலீஸ் ஆர்வம் புகைஞ்சுக்கிட்டே இருந்ததால, சிவில் சர்வீஸ் பக்கம் என் ஆர்வம் திரும்புச்சு. தீவிரமா தயாரானேன்.

1985ம் வருஷம் நான் எதிர்பார்த்த மாதிரியே செலக்ட் ஆனேன். முதல் மூணு மாதம் டேராடூன் பக்கமுள்ள முசோரியில பயிற்சி. அடுத்த ஒரு வருடம் ஹைதாராபாத் போலீஸ் அகாடமியில ஐ.பி.எஸ் டிரெயினிங். என்னை தகுதியான போலீஸ்காரனா வளத்தெடுத்தது இந்த பயிற்சிதான். அப்புறம், ஏரல்ல சப்-இன்ஸ்பெக்டர் இன்சார்ஜா செயல்முறை பயிற்சி.

ஏரல்ல வேலை செஞ்ச மூணுமாசம் வாழ்க்கையில முக்கியமான காலக்கட்டம். நிறைய கள அனுபவங்கள் கிடைச்சுது. என்னை பண்படுத்திக்க இந்த பயிற்சி ரொம்பவும் உதவுச்சு. முதல் அப்பாய்ன்ட்மென்ட் அம்பாசமுத்திரத்தில. 2 வருடம் ஏ.எஸ்.பி.யா இருந்தேன். பிறகு, திருச்சி முதல் பட்டாலியன்ல கமாண்டண்ட். அங்கயிருந்து நீலகிரி மாவட்டத்துக்கு எஸ்.பி. அடுத்து கடலூர், திருநெல்வேலி, தூத்துக்குடியில எஸ்.பி. மதுரை, செங்கற்பட்டு, தஞ்சாவூர் சரகங்கள்ல டி.ஐ.ஜி. பிறகு சென்னையில வடக்கு மண்டல ஐ.ஜி. அப்புறம் கூடுதல் கமிஷனர். 2008 ஜூலையில புறநகர் கமிஷனரா ஓய்வு பெற்றேன்.

என் போலீஸ் கேரியர்ல தூத்துக்குடி, திருநெல்வேலி, கடலூர் பகுதிகள்ல வேலை செஞ்சது மிக முக்கிய அனுபவம். ஜாதி கலவரங்களால சட்டம், ஒழுங்கு குலைஞ்சிருந்த நேரம்.

நிறைய சவால்கள். எல்லாத்தையும் கடந்து அமைதியை தேட வேண்டியிருந்தது. உண்மையாவும், உறுதியாவும் நடவடிக்கைகள் எடுத்து கலவரத்தை முடிவுக்கு கொண்டு வந்தோம்.

அம்பாசமுத்திரத்தில தாமிரபரணி ஆற்றங்கரையில காசி விஸ்வநாதர் கோவில் ஒன்னு இருக்கு. அங்கயிருந்த காவலாளியை கொலை செஞ்சிட்டு சிலையை திருடிட்டுப் போயிட்டாங்க. எந்த தடயமும் கிடைக்கல. வழக்கை சிலை தடுப்புப் பிரிவுக்கிட்ட இருந்து வாங்கி எங்ககிட்ட தந்தாங்க. ஒரே வருஷத்திலயே குற்றவாளிகளை பெரிய நெட்வொர்க்கோட சேத்துப் புடிச்சோம். இதுதான் நான் சந்திச்ச முதல் வழக்கு.

புறநகரப் பொறுப்புக்கு வந்த பிறகு இன்னும் கூடுதலான பொறுப்புகள். முதல்ல, காவல்துறைக்கும், மக்களுக்குமான உறவை உறுதி செய்யனும். அடுத்து, காவல்துறை மேல மக்களுக்கு நம்பிக்கை வரச் செய்யனும். இங்குள்ள காவல்துறை அதிகாரிகள், ஆய்வாளர்கள், உதவி ஆய்வாளர்கள், போலீஸ்மேன் எல்லாருமே நல்ல சப்போர்ட் பண்றாங்க. அந்த 2 வருஷப்பணி ரொம்பவும் திருப்தியானது.

பேராசிரியரா இருந்து காவல்துறைக்கு வந்தவன் நான். இரண்டுக்கும் பெரிய வித்தியாசம் இல்லை. ஆனாலும், இந்த வேலையில எனக்கு கிடைக்கிற பரிபூரண திருப்தி, வேறு எதிலயும் கிடைக்கல. போலீஸ் துறையில வேலைசெய்யிற யாரும் குடும்பத்துக்கு நிறையநேரம் ஒதுக்க முடியாது. நானும் அப்படித்தான், என்னையும், என் பணியையும் முழுதுமா புரிஞ்சிக்கிட்ட மனைவி. குடும்பத்தில என்னோட பங்களிப்புன்னு சொல்லிக்க எதுவுமில்ல. குடும்ப நிர்வாகம் முழுதும் அவங்கதான். அவங்கபேரு கேசர். ரெண்டு பிள்ளைகள். மூத்தவன் சபாய் எஸ்.ஜாங்கிட். சிங்கப்பூர்ல வேலை செய்யிறான். அடுத்தவன் விக்ரம் எஸ்.ஜாங்கிட். போலீஸ் வேலைக்கு அடுத்தபடியா நான் அதிகம் நேசிக்கிறது சூட்டிங் கேம். பயிற்சிக் காலத்திலயே பெஸ்ட் சூட்டிங் ட்ராபி வாங்கியிருக்கேன். தேசிய அளவில் நிறைய ஜெயிச்சிருக்கேன்.

காவல்துறை மக்களோட நண்பர்னு சொல்வாங்க. சட்டத்தை மதிக்கிற மக்களுக்கு காவல்துறை நிச்சயம் நண்பர்தான். நம்பகமான, பாதுகாப்பான நண்பர். ஆனா, ஈவ் டீசிங் பண்றவங்க, கட்டப்பஞ்சாயத்து பண்றவங்க, திருடுறவங்கிட்ட எல்லாம் நண்பர்களா இருக்க முடியாது. அவங்களுக்கு காவல்துறை மேல பயம் இருக்கனும். அப்போதான் சட்டம் ஒழுங்கை நிலைநிறுத்த முடியும்.

ஒரு போலீஸ்காரருக்கு முதல்தகுதி நேர்மை. அரசும், சமூகமும் நம்பிக்கையோட கொடுக்கிற மிக முக்கியமான பொறுப்பு. சட்டத்தோட புனிதத்தன்மைக்கு பங்கம் வந்திடாத மாதிரி வேலை செய்யனும். எந்த வழக்குக்கு கைது செய்யனும், எந்த வழக்குக்கு விசாரிக்கனும், ஒருத்தரை கைது செஞ்சு எவ்ளோ நேரம் ஸ்டேஷன்ல வச்சிருக்கனும்னு நம் சட்டத்தில மிகத்தெளிவா சொல்லப்பட்டிருக்கு. அதை மீறாம, சார்புத்தன்மை இல்லாம, நம்பிக்கைக்குரிய மனுஷனா போலீஸ்காரர் இருக்கணும்.

இன்னைக்கு இளைஞர்களின் போக்குல எனக்கு நிறையகவலை இருக்கு. அவங்களுக்கு நான் மூணு ஆலோசனைகள் சொல்ல விரும்புறேன். ஒண்ணு, கெட்ட பழக்கங்கள், கெட்டவங்களோட சகவாசம் வச்சுக்காதீங்க. பல இளைஞர்கள் டிரிங்க்ஸ், ஸ்மோக்ஸ் மாதிரி கெட்ட பழக்கங்களுக்கு அடிமையா இருக்காங்க. கெட்ட பழக்கங்களால உடம்புக்கு கேடுங்கிறது ஒரு பக்கம், சமூக குற்றங்களுக்கும் அதுதான் அடிப்படைக் காரணமாக இருக்கு.

ரெண்டாவது, நேரத்தை வீணா செலவழிக்காதீங்க. ஒவ்வொரு வினாடியும் அர்த்தமுள்ளது. கழிஞ்சுபோன நேரம் கிடைக்கவே கிடைக்காது. மூணாவது, இலட்சியத்தை தீர்மாணிக்கனும். வாய்ப்புகள் விரிஞ்சுகிடக்கு. யார் முன்னோக்கி நடக்கிறானோ அவன்தான் ஜெயிக்கிறான். தெளிவா, திட்டமிட்டு உழைச்சா நிச்சயம் ஜெயிக்க முடியும். வாழ்க்கை ஒருமுறை தான். நிச்சயமா இரண்டாவது முறை அது உங்களுக்கு கிடைக்கப்போறதில்ல...!

ச. நடராஜன்

'ஜான்சன்ஸ்'

கருப்பண்ணா ஸ்டோர்ஸ்,
ரத்தன் பஜார்,
சென்னை.

சரியான நேரத்தில முடிவெடுக்கனும். சரியான முடிவெடுக்கனும். இதைத்தான் என் அப்பாக்கிட்ட கத்துக்கிட்டேன். இன்னைக்கு என் பிள்ளைகளுக்கு கத்துக்குடுத்திருக்கேன்.

ரெண்டுரூபா தினக்கூலி. ஒன்னரை வருஷம் வாக்காளர் பட்டியல் எழுதுற வேலை. அதை செஞ்சுக்கிட்டே டிராப்ட்ஸ்மேன், சர்வேயர் இன்டர்வியூவெல்லாம் போனேன். எதுவும் கிடைக்கல. சரி, ஏதாவது படிக்கலாமேனு ஸ்டான்லி மெடிக்கல் காலேஷ்ல சானிடரி இன்ஸ்பெக்டர் கோர்ஸ்க்கு அப்ளை பண்ணுனேன். கிடைச்சிடுச்சு. 10 மாத கோர்ஸ்.

10 மாதம் தங்கனும். நோட்டுப்புத்தகம் வாங்கனும், சாப்பிடணும்...

எங்க குடும்ப கேபினட் கூடுச்சு. பெரிய அண்ணார் 15 ரூபா. சின்ன அண்ணார் 15 ரூபா. சாப்பாட்டுக்கு குடுக்குற காசில சிருவாடு சேத்து அம்மா 15 ரூபா. மாசாமாசம் எனக்கு அனுப்பி வைக்கணும்னு முடிவாச்சு. ப்ளூமெளண்டன் எக்ஸ்பிரஸ்ல 7 ரூபா டிக்கெட். எங்க மூத்த அண்ணார் குப்புச்சாமி தான் அழைச்சிட்டு வர்றார். கருப்பண்ணா ஸ்டோர்ஸ் நடத்துறவங்க எங்களுக்கு

மாமன், மச்சான் முறை. அவங்க வீட்டில தங்குனோம். சைனா பஜாருக்கு கூட்டிட்டு போயி, முதன்முதலா பேண்ட், சட்டை வாங்கித் தந்தார் எங்க அண்ணார்.

திருநாவுக்கரசுனு ஒரு உறவுக்காரர் ஸ்டான்லியில எம்பிபிஎஸ் படிச்சுக்கிட்டு இருந்தார். அவர் கூட சேத்துவிட்டுட்டு அண்ணார் கிளம்பிட்டார். இன்னைக்கு, ஒரு தொழிலதிபரா, கல்வி நிறுவனரா எனக்குள்ள பல முகவரிகளுக்கு அடிப்படை, ஸ்டான்லியில நான் வாங்கின சானிடரி இன்ஸ்பெக்டர் சான்றிதழ்தான்.

பாச்சலுக்கு பக்கத்தில கிடந்தம்பட்டினு ஒரு கிராமம். அதுதான் எங்க பூர்வீகம். இப்பவும் கிடந்தப்பட்டியார் வீடுங்கிறது தான் உறவுகள் மத்தியில எங்களுக்கு அடையாளம். அப்பா சதாசிவ முதலியார். அம்மா சிவகாமி அம்மாள். என்னோட சேத்து 5 பிள்ளைங்க. நெசவாளர் குடும்பம். பெரிசா நிலபுலன்கள் இல்லாட்டியும் பட்டினினு சொல்ல விடலை எங்க அப்பா.

கிடந்தம்பட்டி வாழ்க்கை வெளிசந்தை அறிமுகம் இல்லாத வாழ்க்கையா இருந்ததால, ஒரு கட்டத்துக்கு மேல அங்க ஜீவிக்க முடியல. அப்போ திருசெங்கோடு பாவடி தெருவில எங்க உறவுக்காரங்க நிறைய பேர் இருந்தாங்க. அப்பாவும் கிடந்தம்பட்டியில இருந்த பூர்வீக வீட்டை வித்துட்டு திருச்செங்கோடு வந்து செட்டில் ஆகிட்டாரு.

நாலைஞ்சு கைத்தறி. இது ஒன்னுதான் இங்கே வாழ்வாதாரம். ரெண்டு, மூணு பிள்ளைங்க வேற ஆகிடுச்சு. மிகப்பெரிய பஞ்சம் வேற வந்திடுச்சு. பலபேரு பஞ்சம் பிழைக்க சிலோன், மலேசியான்னு கிடைக்கிற பக்கம் கிளம்பிக்கிட்டிருந்தாங்க. அப்பாவும், அம்மாவும் பிள்ளைகளை கையில பிடிச்சிக்கிட்டு சிலோனுக்கு கப்பல் ஏறிட்டாங்க.

கொழும்புக்கு பக்கத்தில ஹட்டனு ஒரு இடம். அங்க தான் அப்பாவுக்கு வேலை. கிட்டத்தட்ட சாலைப்பணியாளர் மாதிரி ஒரு வேலை. அம்மா, தேயிலைத் தோட்டத்துக்கு கூலியா போவாங்க.

இப்பிடியே கொஞ்சக்காலம் ஓடுச்சு. ராத்திரி, பகலா அப்பாவும், அம்மாவும் உழைச்சாலும் கையில நாலு காசு நிக்கல. சாப்பாடு, வைத்தியச் செலவுக்கு சரியா இருந்துச்சு. அப்பாவுக்கு கூடுதலா ஏதாவது வேலை செஞ்சா தேவலைங்கிற எண்ணம்.

அப்போ திருச்செங்கோட்டில எங்க சித்தப்பா அங்கப்ப முதலியார் ஜெயலெட்சுமி அன்கோனு ஒரு ஜவுளிக்கடை

வெ. நீலகண்டன் 53

நடத்தினார். அப்போ இந்தியாவும், சிலோனும் இங்கிலீஷ் நிர்வாகத்தில இருந்ததால வந்து போறது ஒன்னும் சிரமமான வேலையில்லை.

மூணு மாதத்துக்கு ஒரு முறை திருச்செங்கோட்டுக்கு வந்து சித்தப்பா கடையில கொஞ்சம் ஜவுளிகளை வாங்கி சிலோனுக்கு எடுத்துக்கிட்டு வருவார் அப்பா. நேரம் கிடைக்கும்போது மலை கிராங்களுக்கு தலைச்சுமையா எடுத்துக்கிட்டு போயி விப்பாரு. ஏதோ தலைச்சுமைக்கு கூலியாவது லாபமாக் கிடைக்கும்.

இப்படியே நாலைஞ்சு வருஷம் ஓடுச்சு.

ரெண்டாம் உலகப்போர் மூண்டுருச்சு. அப்போ, மூத்த அண்ணார் குப்புச்சாமி எஸ்எஸ்எல்சி படிச்சுக்கிட்டு இருந்தார். சின்னவர் தேவசுந்தரம் ஒரு கடையில வேலை செஞ்சார். நான் ஒன்னாம்பாரம் படிச்சுக்கிட்டிருந்தேன். தம்பி ஆறுமுகம் கைக்குழந்தை. என் அக்கா அங்காயம்மாளும், அம்மாவும் தேயிலைத் தோட்டத்துக்கு போய்கிட்டிருந்தாங்க.

உலகப்போர்ல எல்லா இளவட்டப்பசங்களும் கலந்துக்கணும்னு பிரிட்டிஷ் கவர்மெண்டு உத்தரவு போட்டிருச்சு. அப்பாவுக்கு பயம் வந்திருச்சு. முதல்ல மூத்த அண்ணாரை மட்டும் கப்பல்ல ஏத்தி திருச்செங்கோட்டில இருந்த சித்தப்பா வீட்டுக்கு அனுப்பி வச்சுட்டார். அதுக்குப்பிறகு, நாலைஞ்சு மாசத்திலயே நாங்களும் இந்தியாவுக்கு வந்துட்டோம்.

இங்கே ரெண்டு அண்ணாரும் அப்பாவோட தொழிலுக்கு வந்துட்டாங்க. வெளியூர்கள்ல போய் துணி வாங்கியாந்து திருச்செங்கோட்டை சுத்தி சந்தைகள்ல போட்டு விப்பாங்க. இது இல்லாம மிலிட்டிரிக்கெல்லாம் துணி ஆர்டர் எடுத்து தச்சுக்குடுப்பாங்க. இப்படியே சிறுக, சிறுக நான் பத்தாவது முடிக்கிறதுக்குள்ள சின்னதா ஒரு ஜவுளிக்கடை ஆரம்பிச்சிட்டாங்க.

பத்தாவதுக்கு மேல படிக்கணும்னா சேலத்துக்கு போகனும். தினமும் போய்வரவோ, தங்கிப்படிக்கவோ நிலைமை ஒத்துவரல. அப்பாவுக்கு என்னை ஜவுளித் தொழில்ல போடவும் விருப்பமில்ல. படிப்புக்கு தகுந்தமாதிரி நாலு வார்த்தை இங்கிலீஷ் கத்துக்கட்டுமேன்னு ஒரு திருச்செங்கோடு தியாகராஜா மெடிக்கல் ஸ்டோர்ல வேலைக்கு சேத்து விட்டார். நாலைஞ்சு மாசம் வேலை செஞ்சேன்.

தியாகராஜா மெடிக்கலுக்கு வருவாய்த்துறை ஆபீசர் ஒருத்தர் ரெகுலரா மாத்திரை வாங்க வருவார். என்னோட கையெழுத்தைப்

பாத்துட்டு 'நல்லா எழுதுறியேப்பா... தாலுக்கா ஆபீஸ்ல வாக்காளர் ஜாவீது தயார் பண்ற வேலை இருக்குது வாரியா...னு கேட்டார்.

350 லைன் எழுதினா 2 ரூபா கூலி. ஒருநாளைக்கு 3 ரூபா சம்பாதிப்பேன். ஒன்னரை வருஷம் இந்த வேலையை செஞ்சேன். அதுக்குப்பிறகு ஸ்டான்லிக்கு வந்தாச்சு.

சென்னை எல்லா வகையிலயும் எனக்கு புதுசா இருந்துச்சு. பத்தாவது வரைக்கும் தமிழ்லயே படிச்ச எனக்கு, ஸ்டான்லியில கரைபுரண்ட இங்கிலீஷ் மிரட்சியை ஏற்படுத்துச்சு. போகப்போக எல்லாத்தையும் பழகிக்கிட்டேன். 45 ரூபாயில வாழ்க்கையை கழிக்கவும் பழகிகிட்டேன். காலை டிபன் ராவ்ஃகபேயில 2 இட்லி, 1 குண்டா சாம்பார். மதியம் பிராட்வே கபேயில டிக்கெட் சாப்பாடு எல்லாம் சேத்து சாப்பாட்டுக்கு 15 ரூபா. ரூம் வாடகை 7.50.

நல்ல விதமா படிப்பை முடிச்சேன். முடிச்ச கொஞ்சநாள்லயே நாகப்பட்டினத்தில ஹெல்த் அசிஸ்டெண்டா வேலை கிடைச்சுது. 67 ரூபா சம்பளம். அப்பா நினைச்ச மாதிரியே அரசாங்க வேலை. வேளாங்கண்ணி சர்ச், நாகூர் தந்தூரி விழாக்கள்ல பல ஆயிரம் பேருக்கு காலரா தடுப்பூசி போட்டுருக்கேன். 3 மாசம் அங்கே இருந்தேன். அங்கிருந்து ஓமலூருக்கு வந்தேன். ஓமலூர்ல இருந்து ஒசூருக்கு டிரான்ஸ்பர் போட்டாங்க. ஒசூர் பணிஷ்மெண்ட் ஏரியா. காலையில வெளியில போயிட்டு வீட்டுக்கு வந்தா உடம்பே பனியால மூடியிருக்கும். அவ்வளவு குளிர். ஒசூர்ல அப்போ பிளேக், மலேரியா பரவிக்கிட்டிருந்த நேரம். அதுதவிர குழந்தைகளுக்கு அம்மை குத்துறதும் முக்கியமான வேலை.

அந்த நேரத்தில தான் திருமணம் நடந்தது. பத்மாவதி அம்மாள். தூரத்துச் சொந்தம். விருத்தாச்சலத்தில ஹோட்டல் வச்சிருந்தாங்க. கல்யாணத்துக்குப் பிறகு 2 வருஷம் ஒசூர்லயே ஓடுச்சு.

தேசிய மலேரிய ஒழிப்புத்திட்டத்தில பிரமோஷன் வந்துது. காவேரிப்பட்டினத்தில அப்பாயிமெண்ட். இதில என்ன வேலைன்னா, ஊரு, ஊராப்போய் டிடிடி பவுடர் போடுறது.

இதுக்கிடையில அப்பாவும், அண்ணார்களும் கைத்தறியை மாத்தி பவர்லூமுக்கு வந்திட்டாங்க. மூத்தவர் கர்நாடக மாநிலத்துக்கு ஜவுளிகளை எடுத்துட்டுப்போய் வித்து வரவு பாத்தார்.

நான், காவேரிப்பட்டினத்தில டிடிடி பவுடர் கூடவே 5 வருஷம் ஓட்டுனேன். கலைமணியும், சாந்தியும் பிறந்தாச்சு. 67 ரூபாயில வேலைக்கு சேந்த எனக்கு இப்போ சம்பளம் 300 ரூபா.

பெங்களூருக்கு சரக்கு எடுத்துட்டு போற அண்ணார், திரும்பும்போது அப்படியே காவேரிப்பட்டினம் வந்துட்டுப் போவாரு. என் நிலைமையைப் பாத்துட்டு அவர் ரொம்பவும் கவலைப்படுவாரு. 'இன்னும் எவ்வளவு காலத்துக்குடா இந்த ஊசியையும், மருந்தையும் கட்டிக்கிட்டு அழுவ. நாங்கல்லாம் நல்லாத்தானே சம்பாதிக்கிறோம். இந்த வேலையை விட்டுட்டு வந்திரு. இங்க நீ வாங்குற 300 ரூபாயை நாங்க தர்றோம்'னார். எனக்குப் பயம். அரைக்காசுன்னாலும் அரசாங்க காசா இருக்கனும்னு நினைக்கிற காலம். கொஞ்சக்காலம் யோசனையிலயே ஓடுச்சு. ஒருநாளை தைரியமா வேலையை விட்டுட்டு திருச்செங்கோடு போயிட்டேன்.

வேலையாட்களை சூபர்வைஸ் செய்யிறது, முறுக்கு ராட்டை சுத்துறதுன்னு தீவிரமா இறங்குனேன். என் மனைவி, தையல்மெஷின் போட்டு துண்டுக்கு லேபிள் தப்பா. 1 லேபிளுக்கு 1 பைசா. ஒருநாளைக்கு 1000 லேபிள் தைக்கலாம். பிள்ளைங்க தச்சுப்போடுற துண்டை அள்ளி மடிச்சு வைப்பாங்க. ஒரு தீர்மானத்தோட குடும்பமா கிடந்து உழைக்க ஆரம்புச்சோம்.

தொழில் டெவலப் ஆச்சு. வெறும் லுங்கியில இருந்து ரெண்டுகஜ வேட்டி, வெரைட்டி துண்டுங்கள்லாம் நெய்ய ஆரம்பிச்சோம். பெரிய அண்ணாருக்கு உடம்பு சரியில்லாததால ஆந்திரா, கர்நாடக லைனுக்கு போக ஆரம்பிச்சேன். கிருஷ்ணகிரி, கோலார், குப்பம், சிந்தாமணி, விஜயவாடான்னு, சாம்பிள் எடுத்துக்கிட்டு 20 நாள், 30 நாள்னு அலைஞ்சு திரிஞ்சு ஆர்டர் எடுப்பேன்.

அதோட சேத்து கர்ச்சிப், பேன்ஸி ஐட்டமெல்லாம் வாங்கி விப்பேன். பாதிக்குப் பாதி லாபம் கிடைக்கும். இந்த சூழ்நிலையில தான் திருக்குமார் பிறந்தான்.

தொழில் ஒரு நிலைக்கு வந்தபிறகும் பாவுநூல் வெளியில இருந்து தான் வாங்குனோம். நாமளே பாவு தயார் செய்யலாமேன்னு ஒரு கூட்டாளியை சேத்துக்கிட்டு பாண்டிச்சேரியில ஒரு மெஷின் வாங்கி சேலம் ரோட்டில ஆனந்தலெட்சுமி சைசிங் மில்ல ஆரம்பிச்சோம். 3 வருஷத்தில அந்த மில் என்னோட நிர்வாகத்துக்கே வந்துச்சு. லைனை தம்பி, அண்ணன் பிள்ளைகள்கிட்ட கொடுத்துட்டு சைசிங் மில்லை நான் கவனிச்சேன்.

ஒருமுறை பாவு விக்கிறது விஷயமா பாண்டிச்சேரி போயிருந்தப்போ, ஓய்வு நேரத்தில ஒரு கைத்தறி கண்காட்சி நடந்துச்சு. ஒரு இடத்தில டிசைன் செஞ்ச பாலீஸ்டர் லுங்கி வச்சிருந்தாங்க. என் அறிவுக்கு

அது புதுசா இருந்துது 50 லுங்கியை வாங்கிட்டு திருச்செங்கோடு வந்தேன். கடைகளுக்கு சாம்பிள் காமிச்சு ஆர்டர் எடுத்தேன். ஓரளவுக்கு ஆர்டர் வந்துச்சு. நாமளே இந்த வெரைட்டியை தயாரிக்கலாமேன்னு முடிவு செஞ்சு மெஷின் வாங்க தனியாளா மும்பைக்கு ரயிலேறுனேன். தேவராஜன்னு ஒரு நண்பர் உதவியோட அங்கேயே மெஷினை வாங்கி, அங்கேயே நெய்யவும் கத்துக்கிட்டு திருச்செங்கோடு வந்து ஸ்டார்ட் பண்ணுனேன். நல்ல வரவேற்பு. என் பேர்ல கடைசி ரெண்டு எழுத்தோட 'சன்ஸ்' சேர்த்து ஜான்சன்ஸ்ன்னு பேர் வச்சோம்.

டெக்ஸ்டைல்ஸ் துறையில ஆழமா கால் பதிச்சாச்சு. அடுத்து கிரானைட் தொழிலுக்குப் போனோம். அடுத்து மெடிக்கல்துறையில ஏதாவது செய்ய நினைச்சேன். ஈரோட்டில எம்ஆர்ஐ, சிடிஸ்கேன் நிறுவனம் ஒன்னு ஆரம்பிச்சேன். அடுத்து சில நண்பர்கள் சேர்ந்து செங்குந்தர் இன்ஜினியரிங் கல்லூரி ஆரம்பிச்சோம். கருமத்தம்பட்டியில தறி போட்டிருந்த இடத்தில ஜான்சன்ஸ் பிசினஸ் ஸ்கூல் ஆரம்பிச்சோம்.

காவேரிபட்டினத்தில நான் இருக்கையில, என் பையனைத்தூக்கிட்டு ஒரு பாலத்துல உக்காந்திருப்பேன். அப்போ அரைமணி நேரத்துக்கு ஒருமுறை ஒரு அம்பாஸிடர் கார் கடந்து போகும். நம்ம வாழ்க்கையில இப்படி ஒரு கார் வாங்கி ஓட்ட முடியுமான்னு நினைச்சிருக்கேன். இன்னைக்கு அந்த கனவைத் தாண்டி வளர்ந்தாச்சு.

பி.சி.ஜெயராமன்
ஸ்ரீ குமரன் ஸ்டோர்ஸ்

ஜெயராமன் அன் கோ,
14, நாகேஸ்வரா ரோடு,
தி.நகர்.

இன்னைக்கு விருட்சமா வளந்து நிக்கிற ஸ்ரீகுமரன் ஸ்டோர்ஸ் குழுமத்தோட விதை, அப்பா ஆரம்பிச்சு வச்ச ஜெயராமன் அன்கோ தான். இன்னைக்கு நாங்க சாப்பிடுற ஒவ்வொரு சோத்துப் பருக்கையிலயும் அப்பாவோட வியர்வை படிஞ்சிருக்கு.

காஞ்சிபுரத்தில ரெட்டிப்பேட்டை தான் எங்களுக்குப் பூர்வீகம். அப்பா, செங்கல்வராயன் செட்டியார். அம்மா பேரு தாயாரம்மா. பாரம்பரியமான நெசவுக்குடும்பம். எனக்கு ஒரு அண்ணார். பேரு ராமமூர்த்தி.

தாத்தாவுக்கு பிள்ளைகளை தறியில தள்ளிவிட விருப்பமில்ல. நிறைய படிக்க வச்சார். அப்பா வாத்தியார். அப்பாவோட பிறந்த பாலாஜி பெரியப்பா வீட்டு நிர்வாகம். பெரியம்மா பேரு முனியம்மா. எல்லாரும் கூட்டுக்குடும்பமாத் தான் இருந்தோம்.

எனக்கு மூணு வயசா இருந்த போதே அம்மா தவறிட்டாங்க. எடுத்து வளத்ததெல்லாம் பெரியம்மா தான். அம்மா இல்லைங்கிற கவலை தெரியாம என்னையும், அண்ணாரையும் அரவணைச்சு வளத்தாங்க.

அப்பாவுக்கு கும்பகோணம் ஐஸ்கூல்ல வேலை. வீட்டுல 4 தறியும் இருந்துச்சு. ஆளுங்கள வச்சு 9 கஜப்பட்டு நெஞ்சு, மாசம் ஒருநாள் சென்னைபோய் சப்ளை பண்ணிட்டு வருவாரு அப்பா. இருந்த நிலங்கள்ல பம்பு செட்டுப்போட்டு போகம் தவறாம வெள்ளாமையும் நடந்துச்சு.

அப்பா ஒரு நிமிஷம் சும்மா உக்கார மாட்டடார். நல்ல உழைப்பாளி. காலையில 4 மணிக்கு எழுந்தாருன்னா நைட்டு 11 மணி வரைக்கும் நிக்காம சுழலுவாரு. தறிக்கணக்கு பாக்குறது, வயக்காட்டு ஊழியத்துக்கு கூலி குடுக்குறதுனு எல்லா வேலையையும் இழுத்துப் போட்டு செஞ்சிட்டு வாத்தியார் வேலைக்கும் பங்கமில்லாம வாழ்ந்தார்.

இவ்வளவு இருந்தும் அவருக்கு ஒரு பெரிய மனக்குறை இருந்துச்சு.

‘எப்படியாவது மெட்ராஸ்ல ஒரு துணிக்கடையை திறந்துறனும்...’

திடீர்னு ஒருநாள் வாத்தியாரு வேலையை ராஜினாமா செஞ்சுட்டு வீட்டுக்கு வந்துட்டார். ஒரே வாரத்துல விளைஞ்சு நின்ன வயக்காட்டை வித்து காசாக்கி, தி.நகர், நாகேஸ்வரா ரோட்டுல ஒரு ‘ஜெயராமன் அன் கோ’வை திறந்திட்டார்.

அப்பாவோட வாழ்நாள் சொத்து மொத்தமும் அந்த கடைக்குள்ள கிடந்துச்சு. ஆனா எதிர்பாத்த மாதிரி கடையில வியாபாரம் ஓடல. தோதுபாத்து வியாபாரம் செய்யிற அனுபவமும் அவருக்கு இல்ல. நாலைஞ்சு வருஷத்தில கடையை மூடுற நிலைமை வந்துருச்சு.

அப்போ நான் சின்ன காஞ்சிபுரம் ஸ்கூல்ல 9ம்வகுப்பு படிச்சேன். கடை மூடின வருத்தத்தில இருந்த அப்பா, காஞ்சிபுரமே வேணானு பெரியப்பா வீட்டில இருந்த எங்களையும் சென்னைக்கு அழைச்சிட்டு வந்திட்டார்..

இருந்த மொத்த பணமும் கடையோட போயிட்டதால, நிலைமை தலைகீழா மாறிப்போச்சு. அப்பா மனசொடிஞ்சு உக்காந்துட்டார். வேலைவெட்டிக்குப் போகல. வாடகை குடுக்க வழியில்லாததால வீட்டைக் காலி செய்ய வேண்டிய நெலைமை. அரிசி வாங்ககூட அரையணா இல்ல. தண்ணியைக் குடிச்சே எத்தனை நாளைக்கு பசியாத்துறது..? நானும், அண்ணாரும் வேலைக்குப் போக முடிவெடுத்தோம். நான் மயிலாப்பூர் சாமி பிரதர்ஸ் கடையிலயும், அண்ணார், மாம்பலம் தேசிகன் அன்கோவிலயும் சேர்ந்தோம். கிடைச்ச சம்பளம் பசியை விரட்டுச்சு.

ஒரு வருஷத்துக்குப் பிறகு, தி.நகர் உஸ்மான் ரோட்டுல இருந்த ‘சங்கர் சில்க் ஹவுஸ்’ல என்னை வேலைக்கு சேர்த்துவிட்டார் அப்பா. அந்த கடை தந்த அனுபவம்தான் இன்னைக்கு என்னோட எல்லா வளர்ச்சிக்கும் காரணம். வாடிக்கையாளரை உபசரிச்சு, இணக்கமா பேசி வியாபாரம் செய்யிற கலையை, சங்கர் சில்க் ஹவுஸ்லதான் படிச்சேன்.

ஒரு நாள், கந்தசாமி செட்டியார்னு ஒரு நண்பர் அப்பாவை தேடி வந்தார். ஹார்பர்ல வேலை செஞ்சு ரிடையரானவர். அப்பாவோட சேர்ந்து ஏதாவது தொழில் செய்யலாங்கிற எண்ணத்தோட வந்தார். அவருக்கிட்ட இருந்தது வெறும் அஞ்சாயிரம். முடங்கிக்கிடந்த அப்பா திரும்பவும் உற்சாகமாயிட்டார். ‘சங்கர் சில்க் ஹவுஸ் பக்கத்தில கடை திறந்தா நல்லா வியாபாரம் ஆகும்’னு நான் ஐடியா குடுக்க, மளமளன்னு வேலை நடந்துச்சு... இதைக் கேள்விப்பட்ட ‘சங்கர் சில்க்ஹவுஸ்’ ஓனர், ‘எனக்கெதிரா பக்கத்திலயே கடை வைக்கிறியா’னு என்னை வேலையை விட்டு நிறுத்திட்டார்.

உஸ்மான் ரோட்டுல, வெறும் அஞ்சாயிரம் முதலீட்டுல குமரன் ஸ்டோர் ஆரம்பமாச்சு. 75 ரூவா தான் கடைக்கு வாடகை. முதல்ல ஒரு தோல்வியை சந்திச்சதால அப்பா ரொம்பவே உஷாரா இருந்தார். நானும், அண்ணாரும் கடைக்கு வந்துட்டோம். 6 மாசத்துல யாவாரம் 500 ரூபாயைத் தொட்டுச்சு. 1 வருஷத்தில ஆயிரம் ரூபாயை பாத்துட்டோம்.

நான் திருச்சி, மதுரை, சின்னாளம்பட்டினு வாரம் முழுவதும் அலைஞ்சு பர்சேஸ் பண்ணுவேன். அண்ணன் கடையில வியாபாரத்தை பாத்துக்குவார். வசதியில்லாத எளிய மக்கள்தான் எங்களுக்கு வாடிக்கையாளர்கள். பெரும்பாலும் கடன் வியாபாரம் தான். ஜவுளியை குடுத்துட்டு, நானும் அண்ணாரும் மாதாமாதம் சைக்கிள்ல வீடு தேடிப்போய் பணம் வசூலிப்போம். கடை நல்லா பிக்கப் ஆச்சு. நாலைஞ்சு வருஷத்தில நாகேஸ்வரா ரோட்டுல, ஒரு கடையை ஆரம்பிச்சோம். அங்கேயும் நல்ல வியாபாரம்.

‘ஆளுக்கொரு கடையை பிரிச்சுக்கலாமே’னு கந்தசாமி செட்டியார்கிட்ட அப்பா சொன்னார். ஆனா, ‘உங்க புள்ளைங்க அளவுக்கு யாராலயும் உழைக்க முடியாது. நீங்களே கடைகளை வச்சுக்குங்க. நான் விலகிக்கிறேன்’னு பெருந்தன்மையா சொன்னார் கந்தசாமி. பங்குதொகையாக் குடுத்த 25 ஆயிரத்தையும் மனநிறைவா வாங்கிக்கிட்டார்.

அதுக்குப் பிறகு, அடுத்தக் கட்டத்தைப் பத்தி யோசிக்க ஆரம்பிச்சோம். அப்பாவுக்கு பட்டுச்சேலை மட்டும் விக்கிற ஒரு கடை ஆரம்பிக்கனும்னு ஆசை. நாகேஸ்வரா ரோட்டுலயே 'சுகன்விகார்'னு ஒரு கல்யாண மண்டபம் வாடகைக்கு வந்துச்சு. அதைப்பிடிச்சு 'குமரன் சில்க்ஸ்' ஆரம்பிச்சோம்.

நெசவுல அனுபவம் இருந்ததால, தரமாவும், விலை குறைவாவும் புடவைகளை கொள்முதல் பண்ணினோம்... மொத்தமா பணம் குடுத்து பட்டுச்சேலை வாங்க முடியாத நடுத்தரக் குடும்பத்துப் பெண்களுக்கு தைரியமா கடன் குடுத்தோம். ஒரு கட்டத்துல, அந்த கல்யாண மண்டபத்தையே விலைக்கு வாங்கினோம்.

ஜவுளித்தொழில் தவிர, ஏஜென்ஸி, பைனான்ஸ், எக்ஸ்போர்ட்டுனு தொழிலை விரிவுபடுத்துனோம். எல்லாமே ஜெயம்தான். தி.நகர்ல ஒரு முன்னோடி நிறுவனமா குமரன் குழுமம் தளைச்சு வளந்துச்சு.

1989ல 5 மாடி குமரன் ஸ்டோரைக் கட்ட ஆரம்பிச்சோம். அப்போ, உஸ்மான் ரோட்டிலயே அதுதான் பெரிய கட்டிடம். நாகேஸ்வரராவ் ரோடு கடையை அண்ணாருக்கும், உஸ்மான் ரோடு கடையை எனக்கும் பாகப்பிரிவினை செஞ்சு குடுத்தார் அப்பா. ஒரே வருஷத்தில 100 கோடி இலக்குவச்சு வியாபாரம் பாக்கிற அளவுக்கு மக்கள் மத்தியில எங்களுக்கு கௌரவமான இடம் கிடச்சிடுச்சு.

ஒரு நல்ல சொக்கா வாங்கிப் போட வழியில்லாம வளந்த ஆளுநான். எனக்கு கல்யாணம் பண்ணி வைக்கக்கூட அப்பாக்கிட்ட காசுயில்ல. கல்யாணச் செலவை ஏத்துக்கிற வீடாப்பாத்து பொண்ணெடுத்தார். 4 கஜம் காடாத்துணியில தான் கல்யாணத்துணி தச்சுக்கிட்டேன். இன்னைக்கு எல்லாம் இருந்தும் ஒரு நல்ல துணி போட மனசு வரல. இதுதான் நிரந்தரங்கிற எண்ணம் மனசுல ஒட்டிக்கிச்சு.

என் மனைவி பேரு வசந்தா. நெசவுக் குடும்பம்தான் அவளோடதும். எத்திராஜ், ஜெனார்த்தனன், ரவி, சேகர்னு நாலு பையங்க. சரஸ்வதினு ஒரு பொண்ணு. திருமணம் ஆயிடுச்சு. மருமகன் பேரு ஜெயக்குமார். பி.ஹெச்.டி படிச்சவர். பாரம்பரியத் தொழில்ல நல்ல ஈடுபாடு. மயிலாப்பூர்ல 'ஸ்ரீகுமரன்'னு ஒரு நிறுவத்தை நடத்திக்கிட்டிருக்கார்.

பையங்க தலையெடுத்த பிறகு எனக்குப் பொறுப்பு குறைஞ்சிடுச்சு... ஓய்வை மத்தவங்களுக்கு உபயோகமா கழிக்கனும்னு விரும்புனேன்.

காஞ்சிபுரத்தில ஒரு டிரஸ்ட் ஆரம்பிச்சேன். ஸ்ரீகுமரன் அன்னசுரபித் திட்டம் தொடங்கி வயதானவங்களுக்கு தினமும் மதிய உணவு குடுக்கிறேன். ஒரு முதியோர் இல்லமும் நடத்துறேன். உதவினு கேட்டு வர்ற வசதியில்லாத பிள்ளைகளுக்கு திருமணமும் செஞ்சு வக்கிறேன்.

என் நாலு பையன்களும் நல்ல பிள்ளைகளா மட்டுமில்லாம நல்ல நிர்வாகிகளாவும் இருக்காங்க. என் அப்பாக்கிட்ட பார்த்து வியந்த உழைப்பை இன்னைக்கு அவங்ககிட்ட பாக்கமுடியுது. இப்போ என் பேரப்பிள்ளைகளும் கடை நிர்வாகத்துக்கு வந்தாச்சு. இப்போ மூணாவது தலைமுறையோட கையில இருக்கு குமரன் ஸ்டோர்ஸ் குழுமம்..!

✍

கனல் கண்ணன்
நடிகர்

மூர்த்தி, டூப் பைட்டர்,
எண் 7, கணக்குப்பிள்ளை தெரு,
வடபழனி.

'அடுத்த வாரம் சென்னைக்கு வந்து வித்தைகளை காட்டவும்'னு எனக்கு ஸ்டண்ட் யூனியன்ல இருந்து அழைப்பு வந்தப்போ 19 வயசு. 5 அடி ஒசரம். மீசையரும்பாத முகம். காத்தே ஒடிச்சு வீசிடுற மாதிரி ஒல்லியா தேகம், பல்லாங்குழி கண்ணுனு சவலைப்புள்ள கணக்கா இருந்த நான் ஸ்டண்ட் நடிகர் ஆகப்போறேங்கிறதை என்னாலயே நம்ப முடியல. என்னோட ஜிம்னாஸ்டிக் மாஸ்டர் ஜேசுராஜனோட ஏதோவொரு நம்பிக்கையில சென்னை வந்து இறங்குனேன்.

சிவாஜி சார், ரஜினி சாருக்கெல்லாம் டூப் போடுற மூர்த்தியண்ணன் வீட்டுலதான் தங்குனோம். என்னை பாத்த மூர்த்தி, 'இந்த பொடியன் எதுக்கு வந்திருக்கான்'னு கேட்டார். ஸ்டண்ட் யூனியன் டெஸ்ட்க்குத் தான்னு சொல்ல, 'களுக்'குனு சிரிச்சவர். 'பாக்க பலவருஷம் பட்டினி கிடந்தமாதிரி இருக்கான். ஒரு பல்டிக்கு தாங்க மாட்டானப்பானு பகுடி செஞ்சார். ஆனா அதையெல்லாம் கேட்டு அசந்து போற ஆளா நான்.

அப்பா வேல்நாடார், எங்களை விட்டுட்டு போய் வேறொரு கல்யாணம் பண்ணிக்கிட்டவர். எனக்கு வேரும், விழுதுமா இருந்து பெத்த புள்ளையைப் போல காத்து வளத்தது எங்க தாய்மாமா ராமையா ஆசான். சிலம்பம், வைத்தியம், கத்திக்குத்து, அடிமுறை விளையாட்டுனு சகலகலா வல்லவர். ராத்திரி நேரத்தில, ஆக்ரோஷமா அவர் கத்துக்குடுத்த ராஜ விளையாட்டை வாயைப் பிளந்துகிட்டு பாத்துருக்கேன். அவருக்கு 7 தங்கச்சிங்க, ஒரு அக்கா. எல்லாருக்கும் கல்யாணம் பண்ணிட்டு 47 வயசில கல்யாணம் பண்ணிக்கிட்டாரு.

எங்க பூர்வீகம் நாகர்கோவில் பக்கத்தில வள்ளி வாரம். அம்மாபேரு நீலம்மாள். வீரமணினு ஒரு அண்ணன். அம்மா, ஊருக்காட்டில சில்லறையா நெல்லு வாங்கி அரிசியாக்கி கேரள பகுதிகள்ல விப்பாங்க. என் 14 வயசுவரை வள்ளி வாரம் வாழ்க்கைதான். திடீர்னு ஒரு நாள் கேரளாவுக்கு அரிசி கொண்டு போக தடை போட்டாங்க. அம்மாவால தொழில் செய்ய முடியல. அம்மா எங்களைக் கூட்டிக்கிட்டு தூத்துக்குடிக்கு வந்தாங்க. அங்கே, தேங்கா உடைச்சு பருப்பை பெயர்க்கிற வேலைக்கு போய் எங்களுக்கு சோறு போட்டாங்க.

மீனாட்சிபுரம் தெருவில தான் வீடு. கதிரேசன், சுப்பிரமணியன், பண்டாரம், தமிழரசன்னு நாலைஞ்சு பிரண்ட்ஸ். எல்லாரும் துறுதுறுனு இருப்போம். ஓட்டம், ஆட்டம்னு வாழ்க்கை சுவாரஸ்யமா இருந்துச்சு.

எனக்குள்ள மாமா ஒரு கதாநாயகனா பதிஞ்சிருந்தார், அவரு மாதிரி ஆசானாகனுங்கிற ஆசை உள்ளுக்குள்ளயே ஊறிக்கெடந்துச்சு. பசங்களை சேத்துக்கிட்டு வாஞ்சிநாதன் உடற்பயிற்சி கழகம்னு ஒரு சங்கம் ஆரம்பிச்சேன். ஜேசுதாசன்னு ஒரு ஜிம்னாஸ்டிக் மாஸ்டர்கிட்ட போயி எங்களுக்கு ஜிம்னாஸ்டிக் கத்துக்கொடுங்கனு கேட்டேன். எங்க ஆர்வத்தைப் பாத்து கத்துக்குடுத்தார். படிப்பு ரெண்டாம் பட்சமாயிடுச்சு. பத்தாவது பரிச்சையில பார்டர் மார்க்கில பெயிலானேன். வீட்டுக்குப் போக அச்சப்பட்டு நாலைஞ்சு நாள் ஒழிஞ்சு கிடந்தேன்.

அம்மா ரொம்ப பயந்திருச்சு. இப்பிடியே விட்டா தேறமாட்டானு ஐடிஐல சேத்து விட்டுச்சு. ஆனா, எனக்கு ஜிம்னாஸ்டிக் மட்டும்தான் உலகமா இருந்துச்சு. இந்த நிலைமையில தான், சென்னையில ஸ்டண்ட் யூனியன் செலக்சனுக்கு என்னை அழைச்சிக்கிட்டு வந்தார் ஜேசுராஜன் மாஸ்டர்.

யூனியனுக்கு போயாச்சு. டெஸ்டுக்கு வந்திருக்க எல்லாரும், ஆளும், தோளுமா தூணு கணக்கா இருக்காங்க. ராக்கி ராஜேஷ் எல்லாம் டபுள் பல்டி அடிச்சு தலை நிமித்தி நிக்கிறாரு. ஒல்லிப்பிச்சானா நின்ன நான் மெரண்டு போனேன்.

என்னை கூப்பிட்டாங்க. எனக்குத் தெரிஞ்ச ஜிம்னாஸ்டிக்கை செஞ்சு காமிச்சேன். ஓ.கே பைட் பண்ணுன்னாங்க. எனக்கு எந்த பைட்டை தெரியும். முழுச்சுக்கிட்டு நின்னேன். லெட்டர் போடுறோம், போடானு துரத்தி விட்டுட்டாங்க.

நேரா தூத்துக்குடி போயி வெல்டிங்மெஷினை கையில பிடிச்சுட்டேன். 250 ரூவா சம்பளம். இனிமே இதுதான் சாஸ்வதம்னு நினைச்ச நேரத்தில 'மறுபடியும், வித்தை காட்ட வரணும்...'னு ஸ்டண்ட் யூனியன்ல இருந்து லெட்டர் வருது.

நாராயணன் சார்தான் அப்போ யூனியன் செகரட்ரி. அவருக்கிட்ட போயி நின்னேன். என்னை ஏற இறங்கப்பாத்த நாராயணன் சார், 'இவனைப் பாத்தா எல்லா வித்தையும் தெரிஞ்சவன் மாதிரி இருக்கு. இவனுக்கு மெம்பர்கார்டு குடுத்திருங்க'ன்னு சொல்லிட்டுப் போயிட்டார். வித்தையே செஞ்சு காட்டாம ஸ்டண்ட் யூனியன்ல சேந்த ஆளு நான் மட்டும்தான்.

மெம்பர்கார்டு வந்தவுடனே, சினிமாவே கைக்கு வந்துட்ட மாதிரி சந்தோஷம். ஆனா, கார்டு கிடைச்ச வேகத்துக்கு வேலை கிடைக்கல. காரணம் என் உடலமைப்பு. தண்ணி தூக்குறது, காய்கறி வாங்குறது, வீட்டை சுத்தம் பண்றதுனு வேலைகளைப் செஞ்சுட்டு, மூர்த்தி வீட்டுத் திண்ணையில படுத்துக்குவேன். வெளியில வெல்டிங் வேலைக்குப் போவேன். சென்னையில இருக்கிற நிறைய பாலங்கள்ல ஒரு வெல்டரா என்னோட உழைப்பும் நிறைய புதைஞ்சு கிடக்கு.

இப்பிடியே வாழ்க்கை என்னை கொடூரமா உருட்டி விளையாடுது. எப்பவாது ஒரு சீன்ல முகம் காட்டுற வாய்ப்பு கிடைக்கும். மற்றபடி ஒரு ஃபைட்டரா நான் அங்கீரிக்கப்படவே இல்லை. இனிமே இங்க தாக்குப்பிடிக்க முடியாதுங்கிற எண்ணம் எனக்கு வந்தப்போதான், முன்னாள் மேயர் கராத்தே தியாகராஜன் நட்பு கிடைச்சுது.

மாடக்குளம் ரவின்னு பைட் மாஸ்டர். அவர் மூலமா எனக்கு தியாகராஜன் பழக்கம். அவரு எனக்கு கராத்தே சொல்லிக்கொடுக்க,

நான் அவருக்கு ஜிம்னாஸ்டிக் சொல்லிக்கொடுப்பேன். தியாகராஜன் நிறைய உதவி செஞ்சிருக்காரு. சாப்பாடு போட்டது, உலக சினிமாவை அறிமுகப்படுத்துனதுனு அவரோட உதவியை வாழ்க்கையில மறக்கவே முடியாது. அவர் இல்லன்னா எனக்கு எந்த முகவரியும் இருந்திருக்காது.

'ராம்போ ராஜ்குமார்' ரயிலுக்கு நேரமாச்சு படத்தில மாஸ்டரா அறிமுகமானார். அவருக்கிட்ட போயி 'ஏதாவது வாய்ப்பு தாங்க மாஸ்டர்'னு நிக்கிறேன். 'என்னடா தெரியும்'னு கேட்டார். இதுவரைக்கும் கிடைச்ச பட்டனுபவத்தை வச்சு, ஒரு பைட் கம்போஸ் பண்ணி காமிச்சேன். உடனே சேத்துக்கிட்டாரு.

'இனி இழக்கிறதுக்கு எதுவுமே இல்லை'ங்கிற நிலை. துணிஞ்சு இறங்குனேன். நிறைய ரிஸ்க் எடுத்தேன். ரொம்ப சீக்கிரமே மாஸ்டரோட நம்பிக்கைக்கு பாத்திரமாயிட்டேன்.

அப்பல்லாம், வெளிநாட்டு படங்களை பாத்து காப்பியடிக்க முடியாது. எதுவா இருந்தாலும் உடம்பை வளைச்சு ரிஸ்க் எடுக்கனும். ராஜ்குமார் நிறைய புதுமுயற்சிகள் எடுப்பார். லெப்ட், ரைட்னு ஒரே மாதிரி பைட் ஸ்டைல் போய்க்கிட்டிருந்தப்போ, ராஜாவின் மனசிலே படத்தில ஒரே அடியில கீழே சாயுற ஸ்டைப்பை போட்டு இன்டஸ்ரியையே கலங்க வச்சாரு. அவருகிட்ட வேலை செஞ்சது ஒரு யுனிவர்சிடியில படிச்ச மாதிரி. அவரும், அண்ணி கற்பகமும் என்னை கூடப்பிறந்த தம்பி மாதிரி வச்சிருந்தாங்க.

என்னைப் பெத்த ராஜா படம். உடம்பில நெருப்பை பத்தவச்சுக்கிட்டு காரை உடைச்சுக்கிட்டு விழணும். யாரு விழுகிறானு கேட்டப்போ, நான் விழுகிறேனு சொல்லிட்டேன். அப்பல்லாம் பாதுகாப்பு ஏற்பாடுகள் குறைவு. பயங்கர ரிஸ்க் எடுத்தேன். அந்த படத்தோட 100வது நாள் விழாவில, இவன் இனிமே கண்ணன் இல்ல, கனல் கண்ணன்னு சொல்லி ஷீல்டு குடுத்தார்.

ஒரு கட்டத்தில அவரை விட்டு பிரியுற நிலை வந்துச்சு. மிகுந்த வருத்தத்தோட வெளியே வந்தேன். கே.எஸ் ரவிக்குமாருக்கும் எனக்கும் நல்ல புரிதல் இருந்துச்சு. அவர், சேரன் பாண்டியன் ஸ்டார்ட் பண்ணின நேரத்தில, வாய்ப்பு தாங்கன்னு போய் நின்னேன். தைரியமா என்னை மாஸ்டராக்கினார். படம் ஹிட். ஆனா, அதுக்குப்பிறகும் என்னை நம்பி வேலை தர யாரும் தயாரா இல்லை. அடுத்த 2 வருஷம் நரகம்.

சோத்துக்கு வழியில்லை. பலநாட்கள் பட்டினிதான். அப்போ எனக்கு காட்பாதரா இருந்தது ஆர்.பி.சௌத்ரி சார். அவர் ஆபிஸ்லயே கிடப்பேன். ஆபீஸை கிளீன் பண்றதுல இருந்து எல்லா வேலையும் செய்வேன். அவரு எடுத்த பலபடங்கள்ல எனக்கு வாய்ப்பு கொடுத்தார்.

'அரண்மனைக்கிளி' படத்துக்கு ராஜ்குமார் சார் டேட் கிடைக்காததால எனக்கு வாய்ப்பு தந்தார் ராஜ்கிரண் சார். அதுக்குப்பிறகு தான் என்வாழ்க்கை வெளிச்சத்துக்கு வந்துச்சு. அன்னைக்கு ஆரம்பிச்ச ஓட்டம். இன்னைக்கு அதைவிட வேகமா ஓடிக்கிட்டிருக்கேன். இடையிடையே விழுந்து எழுந்திருக்கேன். எல்லாம் நல்லா போய்க்கிட்டிருந்த நேரத்தில திருமண வாழ்க்கையில குழப்பம். 2 குழந்தைகளோட தனிச்சு வாழ்ற நிர்ப்பந்தம். இனிமே இதுதான் வாழ்க்கைனு முடிவு பண்ணின நேரத்தில நண்பர்களோட வற்புறுத்தலால இன்னொரு திருமணம். அந்த திருமணம் என் வாழ்க்கையில வசந்தத்தை கொண்டு வந்துச்சு. இப்போ எல்லாத்தையும் கடந்துட்டேன்.

150 வீடுகள் மட்டுமே உள்ள கிராமத்தில, அப்பா இல்லாத சூழல்ல பிறந்தவன் இந்த கண்ணன். இன்னைக்கு கனல்கண்ணனா எல்லாருக்கும் அறிமுகமாக காரணம் என் உழைப்புங்கிறதை விட கடவுளோட அனுஹ்ரகம்னு நம்புறவன் நான். என் இஷ்ட தெய்வங்களான சுடலைமாடனுக்கும், இசக்கியம்மனுக்கும் இங்க கோவில் கட்டியிருக்கேன். அதுக்கு பிடிமண் எடுக்க சொந்த ஊருக்குப்போனப்போ தான் என் அப்பாவோட இன்னொரு குடும்பத்தை அடையாளம் கண்டுபுடிச்சேன். இப்போ எல்லாரையும் இங்கேயே அழைச்சிட்டு வந்துட்டேன். குடும்ப வாழ்க்கை பரிபூரணமாயிட்டா, மனுஷனுக்கு வேற எல்லாமே தூசி தான்.

ஹீரோ, தயாரிப்பாளர், டைரக்டர். அடுத்து...? ஓடிக்கிட்டேயிருக்கேன். இன்னும் என் வேகத்துக்கு கடக்க வேண்டிய தூரம் நிறைய இருக்கு..!

கருணாஸ்

நடிகர்

கிரிபவன் லாட்ஜ்,
களிமண்புரம்,
ஜெயப்பிரதா தியேட்டர் பின்புறம்,
மவுண்ட்ரோடு.

'இளையராஜா ஆகணும்...!' அதுதான் நான் சென்னை வந்ததோட நோக்கம். என் சித்தப்பா மாணிக்கம், கிரிபவன் லாட்ஜ்ல சூபர்வைசர். அவர் கூட ஒண்டிக்கிட்டு, அந்த லாட்ஜ்ல தங்கியிருந்த 40 பேருக்கும் அடி பம்புல தண்ணி அடிச்சுக் குடுப்பேன். ஒரு குடத்துக்கு 1 ரூபா. அதில தான் என் ஜீவனம்.

அறந்தாங்கி பக்கத்தில தாஞ்சூர்னு ஒரு கிராமம். அது தான் அப்பா சேதுத்தேவருக்கு சொந்த ஊர். அம்மா மங்கையற்கரசிக்கு மேலக்கோட்டை. ஒரு தம்பி பழனிவேல். சொந்தம்னு சொல்லிக்க ஒரு குண்டு நிலம் கிடையாது. ஏதாவது ஒரு நாள் 2 வேளை சோறு இருந்தா, அது நல்ல நாள்.

ஜாதி ஜனம்னு ஜனக்கட்டு இருந்தாலும் தாஞ்சூர்ல பிழைப்புக்கு ஒன்னும் வழியில்லை. அதனால அப்பா பேராவூரணி பக்கத்தில குருவிக்கரம்பைக்கு இடம் பெயர்ந்தார். அங்கே பழனிமுருகன்னு ஒரு தியேட்டடர். அதுக்கு பக்கத்தில, ஒரு கீத்துக் கொட்டகை

போட்டு டீக்கடை ஆரம்பிச்சார்.

அப்பா பக்கா திமுகக்காரர். எந்த நேரம் பாத்தாலும் அரசியல் தான். கடையை அப்படியே விட்டுட்டு கட்சிக் கூட்டத்துக்கு கொடியை தூக்கிட்டு போயிடுவார். குடும்பத்தை விட அவருக்கு கட்சி தான் பெரிசு. அம்மா தான் குடும்பத்துக்கு தூண். கிடைக்கிற வேலைக்குப் போயி, கூலி வாங்கியாந்து எங்க பசியில பாதியையாவது ஆத்தும்.

குருவிக்கரம்பை ஸ்கூல்ல தான் படிச்சேன். அதிகாலையில ஸ்கூலுக்குப் போயி வரண்டாவெல்லாம் சுத்தம் பண்ணி வைப்பேன். செடிகளுக்கு தண்ணி ஊத்துவேன். சத்துணவு பரிமாறுவேன். அதனால முத்துவேல் வாத்தியார் அவருக்கு வர்ற டீயையும், சாப்பாட்டையும் எனக்கும் கொடுப்பார். சத்துணவும் கொஞ்சம் கூடுதலா கிடைக்கும். அப்படித்தான் எங்க பசி தீர்ந்துச்சு. மற்ற நேரத்தில பழனிமுருகன் தியேட்டர்ல முறுக்கு விப்பேன். 10 ரூபாய்க்கு வித்தா 1 ரூபா கிடைக்கும்.

போட்டுக்க நல்ல சொக்கா இருக்காது. பாவப்பட்டு யாராவது தர்ற கிழிஞ்சு போன சட்டையை ஒட்டுப்போட்டு போட்டுக்குவேன்.

இப்படி வாழ்க்கை ரணகளமா ஓடிக்கிட்டிருந்த நேரத்தில, திடீர்னு அப்பா இறந்துட்டார். விவரம் தெரியாத எங்களை வச்சுக்கிட்டு அம்மா நிர்க்கதியா நின்னாங்க. திரும்பவும் உறவுக்கட்டு இருந்த தாஞ்சூருக்கே திரும்பிட்டோம். ஒரு மாட்டுக்கொட்டகையில தங்கி அம்மா காய்கறி வியாபாரம் செஞ்சாங்க. தம்பியை சென்னையில ஒரு வீட்டுக்கு வேலைக்கு அனுப்பிட்டு, என்னை மேலக்கோட்டைக்கு கூட்டிட்டு போயிட்டார் பெரியண்ணன் மாமா. ஆலங்குடி ஸ்கூல்ல சேர்ந்தேன்.

படிப்பில ஒன்னும் குறை வைக்கல. ஆனாலும், படிப்பை விட வயக்காடு, கொல்லைக்காடுகள்ல கூடி குளவை போடுறது, கும்மி அடிக்கிறதுனு மனசு எப்ப பாத்தாலும் பாட்டை சுத்தியே நிக்குது. பள்ளிக்கூடத்தில பாட்டுக்காரங்கிறது தான் பட்டப்பேரு. ஊர்ல எங்க மைக்செட் போட்டாலும் திருவிளையாடல் ஒலிச்சித்திரம் போடுவாங்க. அதைக் கேட்டுக் கேட்டு வீரப்பா மாதிரி, சிவாஜி மாதிரி, நாகேஷ் மாதிரி மிமிக்ரியும் செய்ய ஆரம்பிச்சிட்டேன்.

எங்கஊரைச் சுத்தி எல்லா கிராமத்திலயும் காமாண்டி திருவிழா நடக்கும். கே.ஏ.குணசேகரன், சின்னப் பொண்ணு மாதிரி நாட்டுப்புற பாடகர்கள் வந்து பாடுவாங்க. அது மாதிரி ஒரு மேடையில என்னை ஏத்தி விட்டு பாடச்சொன்னார் பங்காளி குணசேகரன். பாடி முடிச்சதும், கைதட்டல் காதைப் பிளக்க, 1 ரூபா நோட்டை மாலையா கோர்த்து கழுத்தில போட்டார். அப்ப ஏற்பட்ட மயக்கம் தான் இளையராஜாவா ஆகணுங்கிற வெறியை உண்டாக்குனது. அதுக்குப் பெறகு ஊருக்காட்டுல எங்க கரகாட்டம், கச்சேரி நடந்தாலும் கருணாநிதியை ஏத்தி விடுடாங்கிற அளவுக்கு பேமஸாகிட்டேன். நானே வார்த்தைகளை போட்டு பாட்டும் கட்டினேன்.

பிளஸ்டூவில 986 மார்க். கல்லூரிக்கு போக ஆசைதான். ஆனா மாமாவும் வானம் பாத்து வாழ்ற மனுஷன். சரி வேற வழியில்லைனு பத்தை கோவிலயும், பனங்காட்டையும் விட்டுட்டு சென்னைக்கு பஸ் ஏறிட்டேன். சித்தப்பா தயவில கிரிபவன் லாட்ஜ்ல ரூம் பாய் ஆயாச்சு. நல்லாத்தான் போச்சு. திடீர்னு ஒரு நாள் லாட்ஜ்ல ஒருத்தரோட பணத்தைக் காணல. எல்லாரும் ஒன்னாக்கூடி நாந்தான் எடுத்தேன்னாங்க. எங்கிருந்து வந்துச்சோ கோபம். திருடன்'னு சொன்னவனோட மூக்கை பேத்துட்டு ஓடி வந்திட்டேன்.

அதுக்குப் பெறகு, பசி வந்தா ஏதாவது ஓட்டலுக்குப் போயி வேலை கேப்பேன். பாத்திரத்தை அள்ளிப்போட்டு விளக்கி வைடாம்பாங்க. விளக்கிட்டு வயிறு நிறைய சாப்புடுவேன். குடுக்கிற காசை வாங்கிட்டு எம்பாட்டுக்கு போயிடுவேன். கிடைக்கிற இடத்தில படுத்து எந்திரிப்பேன்.

இப்பிடியே திரிஞ்சா எப்படி இளையராஜா ஆகுறது?

பழைய ஆர்மோனியம் ஒன்னு வாங்குனேன். மைலாப்பூர் அம்புஜம் மாமிக்கிட்ட கர்நாடக சங்கீதம் கத்துக்க ஆரம்பிச்சேன். இடையில சாப்பாட்டுக்காக பினாயில் விக்கிறதில இருந்து, கார் துடைக்கிறது வரைக்கும் எல்லா வேலையையும் செஞ்சேன்.

சக்திவேல்ன்னு ஒரு நண்பர் என் சான்றிதழைப் பாத்துட்டு, 'நல்ல மார்க் எடுத்திருக்கே ஈவ்னிங் காலேஷ்ல படிடா'ன்னார். நந்தனம் கல்லூரியில சேந்தேன். போன அன்னைக்கே அலப்பறை தொடங்கிடுச்சு. சீனியர் பசங்க 4 பேரு சட்டையை அவுரு, வேட்டியை அவுருன்னு ராகிங் பண்ண, பக்கத்தில கிடந்த கம்பை எடுத்துகிட்டு அவனுங்கள அடிச்சு துரத்த, வளாகமே கலங்கிப் போச்சு.

‘45 பி’ பஸ்ல தான் கல்லூரிக்குப் போவேன். பஸ்ல, பசங்க பச்சை, பச்சையா வார்த்தைகளைப் போட்டு கானா பாடுவானுங்க. நம்ம பங்குக்கு சிக்காங்கோ, சியாங்கோனு நாகரீகமா ஒரு பாட்டுக்கட்டி பாடுவேன். பஸ்ல பயங்கர அப்ளாஷ்.

ஆனாலும், இசையமைப்பாளரா ஆகணுங்கிற கனவோட சென்னை வந்த என்னை, பஸ்சை உடைக்கிறது, பசங்களை வச்சு பஞ்சாயத்து பண்றதுனு கல்லூரி வேற திசைக்கு கொண்டு போயிடுச்சு. போலீஸ், கேஸ்னு பிரச்சினைகள் நிறைய வரத் தொடங்கின பிறகு தான் ஞானோதயம் பிறந்துச்சு. கூடப்படிச்ச ‘டாப்டென்’ பாலாஜியை சேத்துக்கிட்டு ‘நன்னானே’னு ஒரு கலைக்குழு தொடங்குனேன்.

தொடர்ந்து நந்தனம் கல்லூரியில படிக்க முடியாத நிலை. 2 வருஷத்திலயே வெளியில வந்திட்டேன். ஒருநாள் டீக்கடையில நின்னுக்கிட்டிருந்தேன். ஒருத்தர் வந்து, ‘சார், பஸ்ல உங்க கானா கேட்டிருக்கேன். ஒரு கேஸட் போடுறேன், பாட வர்றீங்களா’னு கேட்டார். தானா வந்த வாய்ப்பு. தெம்மாங்கு பாட்டுக்காரன்ங்கிற கேஸட்ல முதன்முதலா பாடினேன். ஸ்டூடியோவில என் குரலைக் கேட்ட சவுண்ட் என்ஜினியர் குரு, ‘உங்க குரல்ல நல்ல வசீகரம் இருக்கு. தொடர்ந்து முயற்சி செய்யுங்க’ன்னார்.

இதுவரைக்கும் எழுதிவச்ச கானாவை எல்லாம் தூசிதட்டி எடுத்துக்கிட்டு கம்பெனி, கம்பெனியா அலைஞ்சேன். கடைசியா சிம்பொனி ராஜேஷ், ‘ஐசாலக்கடி மெட்டுத்தானுங்கோ...’ கேஸட்டை வெளியிட்டார். அந்த கேஸட் வந்தப் பிறகு கருணாநிதி ‘கானா கருணா’வாகிட்டான்.

அந்த சமயம், பாபாசாகில் பாடின ‘தண்டா தண்டாபாணி’ பாப் ஆல்பம் செமஹிட். வித்தியாசமான இசை. நம்ம கானாவை ‘பாப்’பாக்கினா என்னனு தோண, அதுக்கு தகுந்த மாதிரி கெட்டப்பை மாத்துனேன். நேரா பண்ணாரி மாரியம்மன் கோவிலுக்குப் போய் மொட்டை போட்டு தீ மிதிச்சேன். பிரெஞ்ச் தாடி வச்சு காது குத்துனேன். கருணாஸ்னு பேரை மாத்திக்கிட்டு, கிட்டத்தட்ட நீக்ரோ மாதிரி ஒரு உருவத்தில சென்னைக்கு வந்தேன். வழக்கமா என்னை காமெடியா பாக்குறவங்க வித்தியாசமா பாத்தாங்க.

கல்யாண மண்டபம், கோவில் திருவிழான்னு அலையா அலைஞ்சு ஆர்டர் பிடிச்சு கச்சேரி நடத்துனேன். பாப் மியூசிக்ல நம்மூர் பாட்டுக்களை கலந்து கட்டி அடிக்க, ரொம்ப சீக்கிரமே என் வாழ்க்கை கலர்புல்லா மாறிடுச்சு. கானா கருணா, ‘பாப்கிங் கருணாஸா’ மாறிட்டான்.

எம்.எம்.சியில கலைவிழா. நானும், சரத்குமார் சாரும் நடுவர்களா போறோம். குயின்மேரீஸ் கல்லூரியில இருந்து 4 பொண்ணுங்க பாடுறாங்க. உருக வைக்கிற குரல். மறுநாள் குயின்மேரீஸ் போய் அவங்களை தேடிப்புடிச்சேன். என் ட்ரூப்ல சேந்துக்குங்கனு சொன்னப்போ எல்லாரும் ஒத்துக்கிட்டாங்க. ஒரே ஒரு பொண்ணு மட்டும் ஒத்துக்கல. 'நான் தேவனுக்காக மட்டும் தான் பாடுவேன். அதுக்காக தான் இசை படிக்கிறேன்'னா. ஒருவழியா பேசி சரிகட்டி குழுவில சேர்த்தேன். கிரேஸா பேசுன அந்த பொண்ணு தான் 'கிரேஸ்'.

நிறைய ஊர்கள்ல நிகழ்ச்சி நடத்துனோம். ஒரு நாள் கிரேஸ்கிட்ட என் காதலைச் சொன்னேன். ஒத்துக்கல. ஆனாலும் பாட்டுப்பயணம் தொடர்ந்துச்சு. திடீர்னு ஒரு நாள் பெட்டியைத் தூக்கிட்டு ரூமுக்கு வந்தா. வீட்டில மாப்பிள்ளை பாக்கிறாங்க. உடனே கல்யாணம் பண்ணிக்கலாம்னா. நேரா கோடம்பாக்கம் ரிஜிஸ்தர் ஆபிசில பதிவு பண்ணிட்டு, மாங்காடு காமாட்சிக்கிட்டயும், மேரி மாதாக்கிட்டயும் ஆசி வாங்கிட்டு ரூமுக்கு கூட்டிட்டு வந்திட்டேன்.

கல்யாணத்துக்குப் பிறகு தேடித்தேடி கச்சேரி செஞ்சேன். நிறைய ஆல்பங்கள் வந்துது. ஓரளவுக்கு வசதியும் வந்துது. மில்லினியம் 2000னு ஒரு ஆல்பம் போட்டேன். வெளிநாடுகள்ல பயங்கர வரவேற்பு. சேது முடிச்சிட்டு லண்டன் போயிருந்த பாலா அண்ணன் ஆல்பத்தில இருந்த என் படத்தை பாத்துட்டு நடிக்கிறியானு கேட்டார். நடிப்பைப் பத்தி நினைச்சே பாக்காத என்னை வெள்ளித்திரையில அறிமுகப்படுத்தினார் பாலா அண்ணன். நந்தா எனக்கு நான் எதிர்பார்க்காத வாழ்க்கையை கொடுத்துச்சு.

தொடர்ந்து நல்ல இயக்குனர்கள், நல்ல வாய்ப்புகள். கதாநாயகன், இசையமைப்பாளர், தயாரிப்பாளர்னு எல்லா தளங்களையும் தொட்டாச்சு. இப்போ உக்கார நேரமில்லாம வேலைகள் விரட்டுது. கிரேஸ் அவ துறையில ஜெயிச்சிக்கிட்டிருக்கா. பையன் கென்னும் நடிகனாயிட்டான். பொண்ணு பேரு டயானா. இனிமையாவும், அர்த்தமுள்ளதாவும் நகருது வாழ்க்கை..!

கஸ்தூரிராஜா
இயக்குநர்

எண் 12, நல்லப்ப வாத்தியார் தெரு,
வண்ணாரப்பேட்டை,
சென்னை.

ஆரம்பத்தில சினிமாவைப் பத்தி நான் யோசிச்சது கூட இல்ல. மதுரை மெஜ்ரா கோட்ஸ் மில்லுல பார்த்த வேலையை விட்டுட்டு நான் சென்னைக்கு வந்தது அரசாங்க வேலை தேடித்தான். ஆனா, என்னையும் சினிமாவையும் பிரிக்க முடியாத அளவுக்கு தலைமுறை பந்தத்தை உருவாக்கிடுச்சு காலம்.

பண்ணைபுரத்துக்கு பக்கத்தில மல்லிங்காபுரம் சொந்த ஊர். பெரிய குடும்பம். பெரியப்பா நாட்டாமை. சித்தப்பா பண்ணையார். அப்பா ராமசாமிக்கு பெரிய மாந்தோப்பு உண்டு. 'மாந்தோப்பு நாயக்கர்'னா தெரியாதவங்க இல்ல.

அப்பா பெரிய ஜோக்காளி. 3 மனைவிங்க. மூத்தவங்க இறந்து போக, மத்த இரண்டுக்கும் சேர்த்து 8 பிள்ளைங்க. இரண்டாம் தாரம் ரெங்கம்மாவோட பிள்ளைதான் நான். எனக்கு ஒரு அக்கா மயில்தாயினு. ஊருக்குள்ள இருந்த வீட்டில சின்னம்மா. மாந்தோப்புக்குள்ள நாங்க. காடு கரை வேலை எல்லாம் அம்மா பொறுப்புதான். வீட்டு நிர்வாகம் மட்டும் சின்னம்மா. நான் 8வது வரைக்கும் பண்ணைபுரத்தில படிச்சேன்.

வெ. நீலகண்டன்

வீட்டில அப்பாவுக்கும் அம்மாவுக்கும் எப்பவும் ரணகளம்தான். அம்மாவுக்கு வாய் பேச, அப்பாவுக்கு கை பேசும். இப்படித்தான் ஒரு நாள் ராத்திரி பயங்கரச் சண்டை. எங்களை கையில பிடிச்சிக்கிட்டு உத்தமபாளையத்துக்கு வந்துட்டாங்க அம்மா. எந்த உறவையும் நம்பாம, தனியா வீடு புடிச்சு, வயக்காட்டு வேலைக்குப் போயி எங்களுக்கு கஞ்சி ஊத்துனாங்க. அந்த கிராமத்திலயே என் படிப்பும் தொடர்ந்தது.

அம்மா அளவுக்கு காடுகரையை நிர்வாகம் செய்யத் தெரிஞ்சவங்க யாரும் இல்லாததால, மல்லிங்காபுரத்தில வயக்காடெல்லாம் காஞ்சி போச்சு. வருமானம் வறண்டுப் போச்சு. அப்பா கொஞ்சம் கொஞ்சமா விவசாய நிலங்களை விக்க ஆரம்பிச்சார். குடும்பமே ஆட்டம் கண்டுபோச்சு.

அம்மா அதைப்பத்தியெல்லாம் கவலைப்படல. 50 கூலியாட்களை வச்சு வேலை வாங்குனவங்க, ஆளோட ஆளா கூலிக்குப் போயி, தனியாளா அக்காவுக்குக் கல்யாணம் கட்டி வச்சாங்க.

நான் பி.யூ.சி முடிச்சேன். அடுத்து கல்லூரிக்குப் போகணும். கையில சல்லிக்காசு இல்லை. கல்யாண கடனே தலைக்கு மேல நின்னதால அம்மாவால என்னை கல்லூரிக்கு அனுப்ப முடியல. தகவல் கேள்விப்பட்ட அக்கா ஓடி வந்து நகைகளை கழட்டிக் கொடுத்தா. கல்லூரிக்குள்ள நுழைஞ்சேன்.

கல்லூரி வாழ்க்கை எனக்கு வேறொரு அனுபவத்தைக் கொடுத்துது. எதிர்பாராம எனக்கும் ஒரு காதல் கிடைச்சுது. அக்காவோட நகைகள், அம்மாவோட கண்ணீர் எல்லாத்தையும் விட காதல்தான் பெரிசாபட்டது. கல்லா இருக்கிற மனசை சிலையா மாத்துறதுதானே காதலோட சக்தி? நல்ல கையெழுத்து கூட வராத என்னை காதல், ஒரு படைப்பாளியா மாத்துச்சு. படிப்பு இரண்டாம் பட்சமாகி கதை, கவிதை, காதல் எல்லாம் முதன்மையாயிடுச்சு. அந்த காதல் கைநழுவிப் போனாலும், எழுத்து மட்டும் தரை மேல படியிற வண்டல் மாதிரி மனசில படிஞ்சுருச்சு. எந்த வரையறையும் இல்லாம நிறைய எழுதுனேன்.

ஒரு வழியா தட்டுத்தடுமாறி படிப்பை முடிச்சிட்டு வெளியே வந்தேன். உடனே மெஜ்ரா கோட்ஸ்ல 90 ரூபாய் சம்பளத்தில வேலை கிடைச்சுது. திருமணத்துக்கு முக்கியத்தகுதியே வேலை தானே? வேலை கிடைச்ச கொஞ்ச காலத்திலயே பெண்ணும் கிடைச்சுது. விஜயலட்சுமி என் வாழ்க்கையில கலந்தா.

ரயில்வேயில வேலை செய்யணுங்கிறதுதான் என்னோட வாழ்நாள் கனவு. அல்லது குறைந்தபட்சம் அரசு வேலை. இந்த எண்ணம் அதிகமாக, மில் வேலை போரடிச்சிடுச்சு. திடீர்னு ஒருநாள் வேலையை விட்டுட்டு வீட்டுக்கு வந்தேன். அம்மா, மனைவி எல்லாரும் திகைச்சுட்டாங்க. 3 மாதத்தில ரயில்வேயில வேலைக்கு சேந்துருவேனு எல்லாருக்கும் தைரியம் சொன்னேன்.

யதார்த்தம் வேற மாதிரி இருந்தது. இண்டர்வியூ, எம்ப்ளாய்மெண்ட் ஆபிஸ்னு ஒரு வருஷம் வெட்டியா ஓடுச்சு. மெல்ல மெல்ல பட்டினி குடும்பத்தை கவ்வ ஆரம்பிச்சாச்சு. அங்கங்கே கடனை வாங்கி துணி வியாபாரம், சரக்குச்சாமான் பிசினஸ்னு எல்லாம் தோல்வி. வேற வழியில்லாம வைராக்கியத்தை மூட்டை கட்டிக்கிட்டு திரும்பவும் மல்லிங்காபுரத்துக்கே கிளம்பிட்டோம்.

ஊர்லயும் ஒரு பிழைப்பும் இல்ல. பூவும் காயுமா இருந்த மாமரங்களை வெட்டி வித்தேன். எதிர்காலம் நம்பிக்கையில்லாம நகர்ந்த நேரத்தில முதல் குழந்தை பிறந்துச்சு. 'இனிமேயாவது செல்வம் கொழிக்கட்டும்'னு செல்வராகவன்னு பேர் வச்சேன்.

ஒரு நாள், சென்னையிலயிருந்து அத்தை மகன் தர்மர் வந்தார். 'ஏன்டா இப்பிடி மரங்களோட கெடந்து மல்லுக்கட்டுறே? சென்னைக்கு வந்தா ஏதாவது கவர்மெண்டு வேலைக்கு முயற்சி செய்யலாம். ஒன்னும் கிடைக்கலன்னா, பீச்சுல சுண்டல் வித்தாவது பொழச்சிக்கலாம்'னு அவர் உசுப்பேத்த, மிச்சம் மீதியிருந்த மரங்களை வெட்டி, காசு தேத்திக்கிட்டு சென்னைக்கு பஸ் ஏறிட்டேன்.

தர்மன் வீட்டிலதான் ஜாகை. கொஞ்ச நாள் அரசாங்க வேலை தேடி அலுத்துப் போச்சு. கடைசியா குதிரை ரேஸ் புக்கிங் ஆபிஸ்ல 600 ரூவா சம்பளத்துக்கு ஒரு வேலை கிடைச்சிது. அதுக்கப்புறம்தான் சென்னையில் பிழைப்பு ஓடிடுங்கிற நம்பிக்கையே வந்துது.

ஓரளவுக்குப் பணம் சேத்த பிறகு விஜியையும் செல்வராகவனையும் சென்னைக்கு அழைச்சேன். கண்ணம்மாப்பேட்டையில ஒரு கையகல வீடு. 150 ரூபா வாடகை. பாண்டியன் எக்ஸ்பிரஸ்ல வந்தா விஜி. ரயில்ல வரும் போதே பிரசவ வலி. சென்னை வந்து 20 நிமிஷத்தில விமலகீதா பிறந்திட்டா!

நல்லாப் போய்க்கிட்டிருக்கிற வண்டியில கடைச்சாவி கழண்டா குலுங்கி உருளும் பாருங்க... அப்படித்தாங்க திடீர்னு குலுங்கி

உருண்டுச்சு வாழ்க்கையும். ஒரு நாள் அரசு திடீர்னு குதிரை ரேஸை தடை பண்ணிடுச்சு. மெஜ்ரா கோட்ஸ் வேலையை விட்டுட்டு தவிச்சு நின்ன மாதிரி இன்னொரு அனுபவம். கையில இருந்த காசு தண்ணியா ஓடிடுச்சு. கடைகடையா அலையிறேன். யாரும் நம்பத்தயாரில்லை. வெட்கமா இருந்துது.

மனசு உடைஞ்சு போன ஒரு ராத்திரி. பரணை தூசு தட்டுறேன். கத்தை கத்தையா நான் எழுதின கதை, கவிதைகள். பத்திரிகைகளுக்கு குடுத்தா காசு கிடைக்குமேனு தோண, ஒவ்வொரு ஆபீஸா அலையறேன். சில வாய்ப்புகள் கிடைச்சாலும் அது பட்டினியைப் போக்குற அளவுக்கானதா இல்லை. ஆனா, அந்த அலைச்சல் வேறு மாதிரி ஒரு வாய்ப்பை உருவாக்கித் தந்துச்சு. ஒரு அலுவலகத்தில இயக்குனர் கே.எஸ்.கோபாலகிருஷ்ணனோட தம்பி சபரிநாதன் அறிமுகமானார். கதைகளைப் படிச்ச சபரிநாதன், அண்ணன்கிட்ட என்னை அறிமுகப்படுத்தினார். கே.எஸ்.கே. நம்பிக்கையோடே என்னை வேலையில் சேர்த்துக்கிட்டார்.

முதல்ல எல்லாமே அந்நியமா இருந்தது. ஆனா, ரொம்ப சீக்கிரமே எல்லாத்தையும் கத்துக்கிட்டேன். சூட்டிங் இருந்தா 3 வேளை சாப்பாடு. இல்லாத நாட்கள்ல 2 ரூபாய் கொடுப்பாங்க. அந்த இரண்டு ரூபாய் என் வீட்டில 4 நாள் பட்டினியை போக்குச்சு. இந்த சமயத்திலதான் கார்த்திகாதேவியும், தனுஷும் பிறந்தாங்க.

கோபாலகிருஷ்ணன் சார்கிட்ட 5 படங்கள் வேலை செஞ்சேன். ஓரளவுக்கு சினிமாவை கத்துக்கிட்டு சிலபேர்கிட்ட கதை சொன்னேன். அவ்வளவு சீக்கிரம் யாரும் அங்கீகரிக்கல. கொஞ்ச நாள் 'சோழா கம்பைன்ஸ்'ல வேலை செஞ்சேன். கடைசியா எனக்குப் புகலிடம் கொடுத்தார் விசு சார். 'மணல்கயிறு' படத்தில உதவி இயக்குனரானேன். மாதம் 300 ரூபாய் சம்பளம் கொடுத்ததோட, சினிமாவை நேசிக்கவும் கத்துக்கொடுத்தார்.

ராமராஜன் நடிக்கப்போற படத்துக்கு ராஜ்கிரண் கதை தேடுறதா ஒரு நண்பர் சொன்னார். ராஜ்கிரனை பாத்து கதை சொன்னேன். நெகிழ்ந்து போன ராஜ்கிரன் 'நானே கதாநாயகனா நடிக்கிறேன்'னார். அவர் வைச்ச ஒரே கோரிக்கை, கிருஷ்ணமூர்த்திங்கிற என் பெயரை மாத்தணும்கிறதுதான். நான் கொடுத்த 40 பெயர்கள் பட்டியல்ல அவர் தேர்வு செஞ்சதுதான் 'கஸ்தூரி ராஜா'. முதல் படமான 'என் ராஜாவின் மனசிலே' எனக்கு நல்ல முகவரியை கொடுத்துது.

நினைச்சுப் பாத்தா நேத்து மாதிரியே இருக்கு. 35 வருஷம் ஓடிடுச்சு. தலையில உள்ள நரைகள்தான் வயதைக் காட்டுதே தவிர மனசு இன்னும் இளமையாத்தான் இருக்கு. கதை, விவாதம், சூட்டிங்னு இன்னமும் இயங்கிக்கிட்டே இருக்கேன். நிறைய ஏற்ற இறக்கங்களை கடந்துட்டேன். செல்வராகவனும் தனுஷூம் என் எல்லைகளை பல மடங்கு தாண்டிட்டாங்க. அவங்களை அண்ணாந்து பாத்தபடிதான் நான் நடக்க வேண்டியிருக்கு. மனைவிக்கு நல்ல கணவனா, பிள்ளைகளுக்கு நல்ல தகப்பனா இருந்திருக்கேன். நல்ல படைப்பாளியா என்னை நான் நிரூபிக்க இன்னும் உழைக்க வேண்டியிருக்கு!

லிங்குசாமி

இயக்குநர்

மே/பா மோகன்,
கார்பெண்டர்,
ரோகிணி தியேட்டர் அருகில்,
கோயம்பேடு.

பாக்யராஜ் சார் மாதிரியே சினிமா எடுக்கணும்ங்கிற எண்ணம், பிளஸ்டூ படிக்கிறப்பவே வந்திடுச்சு. காலேஜ் ஃபைனல் செமஸ்டர் முடிஞ்சவுடனே 'சென்னைக்குப் போயி பாக்யராஜ் சார்கிட்ட சேரப்போறேன்'னு அண்ணன்கிட்ட போய் நின்னேன். அதிர்ச்சியை முகத்தில காமிக்காம கையில கொஞ்சம் காசைக் குடுத்து அனுப்பி வச்சிட்டார். பஸ்ஸைவிட்டு இறங்குனதும் மோகன்தான் நினைவுக்கு வந்தார். என்னோட கல்லூரி நண்பன். சென்னை எனக்குப் பழகுறவரை என்னை பராமரிச்சது அவர்தான்.

பரமக்குடி பக்கத்தில லெட்சுமிபுரம்தான் சொந்த ஊரு. தாத்தா ரெங்கசாமி, நாடகக்காரர். அப்பா நம்மாழ்வார். 'கத்திரிக்கா நம்மாழ்வார்'னு சொன்னாத்தான் ஊர்க்காரங்களுக்குத் தெரியும். கத்திரிக்காயை முதன்முதல்ல ஊர்ல சாகுபடி செஞ்சது அப்பாதான். தாத்தாவுக்கு நாடகம் உயிருன்னா அப்பாவுக்கு

சினிமா. சேலம் மாடர்ன் தியேட்டர் வரைக்கும் போயி, வாய்ப்புக் கிடைக்காம திரும்பி வந்தவர் அப்பா.

அம்மா லோகநாயகி, அற்புதமான கதை சொல்லி. தாலாட்டுப் பாடினாக்கூட அதுக்குள்ள ஒரு கதை ஒளிஞ்சிருக்கும். அம்மாவோட பாட்டும், கதையும்தான் என் சினிமா ஆர்வத்துக்கு விதையா இருந்திருக்குனு நான் நினைக்கிறதுண்டு.

மொத்தம் நாலு பிள்ளைங்க. நான் மூணாவது. பெரியவர் ராதாகிருஷ்ணன். அடுத்தவர் கேசவன். எனக்கடுத்து போஸ். மஞ்சுளானு ஒரு தங்கை சின்ன வயசிலயே இறந்துடுச்சு.

ராமநாதபுரம் சீமைக்கு அடையாளமே வறுமைதான்.. விவசாயத்தை வாழ்வாதாரமா கொண்ட யாரும் வறுமையிலிருந்து தப்பமுடியாது. எங்ககுடும்பமும் அப்பிடித்தான். பிள்ளைகளுக்கு நல்லசோறு போட்டு வளர்க்கமுடியாத நிலை. சாப்பாடே பிரச்னைங்கிறதால படிப்பெல்லாம் பிரதானமாயில்ல. நாலு பேரு நீட்டி மடக்க முடியாத குட்டிவீட்டைத் தவிர சொத்துனு சொல்லிக்க ஒன்னுமில்லை. அப்பா, நிலங்களை குத்தகையெடுத்து விதையைக் கொட்டிட்டு வானத்தைப் பாத்துக்கிட்டு உக்காந்திருப்பார். மழை பேஞ்சாத்தவிர வயக்காடுகள்லயும், மக்கள் முகத்திலயும் செழிப்பை பாக்கமுடியாது.

'பெரியவீட்டுக்காரங்க' குடும்பம் ஒன்னு ஊர்ல இருந்துது. பேருக்கேத்த மாதிரி வசதியான குடும்பம். தெனமும் அவங்க வீட்டில சின்னப்பிள்ளைகளுக்கு ரசம்சோறும், பசும்பாலும் கொடுப்பாங்க. அவங்க போட்ட சாப்பாடுதான் எங்க சின்னவயசுக்கு ஜீவன்.

வாழ்க்கையை வறுமையில தொலைச்ச மக்களுக்கு சினிமா ஒரு கலர்புல்லான பொழுதுபோக்கா மட்டுமில்லாம, கவலையை கரைக்கிற மருந்தாவும் இருந்துச்சு. பார்த்தீபனூர் தங்கம் தியேட்டர்ல புதுசா படம் மாத்தினா, எங்களை அழைச்சுக்கிட்டு போயிடுவாங்க அம்மா. அதுக்காகவே, புளியோ, விறகோ கடைக்குப் போயி காசாகும்.

சின்னவயசிலயே பெரியண்ணன், கடலூர் ரங்கராமானுஜம் மாமாவோட மளிகைக்கடைக்கும், சின்னவர், மதுரை இளங்கோ மெஸ்சுக்கும் வேலைக்கு போயிட்டாங்க. என்னை மூலங்குடியில இருந்த சீனிவாசன் தாத்தா வீட்டுக்கு அனுப்பிட்டாங்க. தம்பி போஸ் மட்டும் வீட்டில இருந்தான்.

சீனிவாசன் தாத்தா டீக்கடை வச்சிருந்தார். ஊர்ல நாலுபேரு மதிக்கிற விதமா வாழ்ந்தவர். அங்க போனதால எனக்கு பள்ளிக்கூடம் போற வாய்ப்புக் கிடைச்சுது.

1978ல ராமநாதபுரத்தில பெரியபஞ்சம் வந்துச்சு. அப்போ குடவாசலுக்கே குடும்பத்தைக் கூட்டிக்கிட்டு வந்துட்டார் அப்பா. ஓகைங்கிற ஊர்ல நெல்லுக்கடையில அப்பா வேலை செஞ்சார். அண்ணன்களும் எங்க கூடவே வந்துட்டாங்க.

அண்ணன்கள் ரெண்டு பேரும் பயங்கர உழைப்பாளிங்க. ராத்திரி, பகல் பாக்காம வேலை செய்வாங்க. ஒரே வருஷத்தில, ஓகை காவிரியாத்துக் கரையில 'திருப்பதி மளிகை'னு சின்னதா ஒரு கடை ஆரம்பிச்சிட்டாங்க. ஆனா, ஊறித்தேறி எழும்புறதுக்குள்ள, ரோடை அகலப்படுத்துறதுக்காக, கடையை இடிச்சிட்டாங்க. திரும்பவும் குடும்பத்தை குழப்பம் சூழ்ந்துக்குச்சு. கொஞ்ச நாள் ஆளுக்கொரு கடையில வேலை செஞ்சிட்டு அப்புறம் ஒரு நெல்லுக்கடை ஆரம்பிச்சாங்க.

குடும்பச்சூழல் என்னையோ, என் கனவுகளையோ பெரிசா பாதிக்கல. நிறைய படம் பாப்பேன். குறிப்பா பாக்யராஜ் சார் படன்னா கொண்டாட்டம் தான். அந்த 7 நாட்கள் டயலாக்கை இப்பவும் என்னால மனப்பாடமாச் சொல்ல முடியும். அதே அளவுக்கு ரஜினி சார் மேலயும் ஒரு ஈர்ப்பு.

6ம் வகுப்பு படிச்ச நேரம். 'துடிக்கும் கரங்கள்' படத்துக்குப்போக அண்ணன்கிட்ட காசு கேட்டேன். தராம விரட்டி விட்டுட்டார். 'ரஜினி படத்துக்கு அனுப்பாத வீட்டில இனிமே இருக்க மாட்டேன்'னு யாருக்கும் தெரியாம வீட்டை விட்டே கிளம்பிட்டேன்.

பள்ளிக்கூடத்திலயே எனக்கு பெரிய ரசிகர்வட்டம் உண்டு. படிக்கிறதை விட கதை சொல்றதுதான் எனக்குப் பிடிக்கும். பிளஸ்டூ காலத்தில உள்ளுக்குள்ள ஒரு சினிமாக்காரனாவே வாழத் தொடங்கிட்டேன்.

தேர்வு முடிஞ்சதும், பாக்யராஜ் சாரைப் பாக்குறதுக்காக சென்னைக்கு கிளம்பிட்டேன். அப்போ, அவர்கிட்ட எங்கஊரு வெங்கடேஷ் உதவியாளரா இருந்தார். அவர்மூலம் பாக்யா அலுவலகத்துக்கு போனேன். ஆனா பாக்யராஜ் சாரை பாக்கக்கூட முடியல. சினிமாங்கிறது நான் நினைச்ச மாதிரி எளிதான விஷயமில்லைனு புரிஞ்சுச்சு. அன்னைக்கு சாயங்காலமே ஊருக்கு திரும்பிட்டேன்.

கல்லூரியில சேத்துவிட்டார் அண்ணன். மூணுவருஷம் ஓடினதே தெரியல. நாடகம், கதை, கவிதைனு ரம்மியமா வாழ்க்கை ஓடுச்சு. நண்பர்களோட சேர்ந்து 'உதயமலர்'னு ஒரு கையெழுத்துப் இதழ் ஒன்னு நடத்துனேன். கல்லூரி தேர்வு முடிஞ்ச இரவே சென்னைக்கு கிளம்பிட்டேன். ஆனா, இந்த முறை தீர்மானமா சில முடிவுகள் எடுத்திருந்தேன்.

'சினிமாவில ஒரு அடையாளம் தேடிக்காம ஊருக்குத் திரும்பக்கூடாது. பசியோ, பட்டினியோ எதையும் வீட்டுக்குச் சொல்லக்கூடாது. எப்படியும் பாக்யராஜ் சார்கிட்டே உதவியாளரா சேந்திடனும்...'

கோயம்பேட்டில இறங்கி மோகன் வீட்டுக்குப் போயாச்சு. மறுநாள் பாக்யராஜ் சார் ஆபீஸ் போனேன். அவரோட உதவியாளர்கள் ஜெகன், சிவக்குமார், செந்தில், பாலாஜி, சண்முகவேல் எல்லார்கூடவும் நல்லாப் பழகுனேன். எல்லாரும் நண்பர்களாகிட்டாங்க. ஆனா இப்பவும் பாக்யராஜ் சாரை பாக்க முடியல. கையிலயிருந்த காசும் கரைஞ்சிடுச்சு. மோகன் நிறைய உதவி செஞ்சார். ஒருவருஷம் பாக்யா ஆபீஸ், மோகன் வீடுனு அலைஞ்சு திரிஞ்சேன்.

மணிபாரதி, ராஜ்கமல், ஜீவன்பாலு, பிருந்தாசாரதினு சில நண்பர்கள் கிடைச்சாங்க. பிருந்தாவோட கும்பகோணத்திலயே எனக்கு அறிமுகம் உண்டு. சினிமா வாய்ப்புத் தேடினபடியே எல்லாரும் பகுதிநேரமா பத்திரிகைகள்ல எழுதினாங்க. அதனால கிடைச்ச பணம் ஓரளவுக்கு பட்டினியை விரட்டுச்சு. பி.ஆர்.ஓ சிங்காரவேல், எனக்கும் எழுத வாய்ப்பு வாங்கித்தந்தார். செந்தில், பார்த்திபன் சார்கிட்ட எல்லாம் பேட்டி எடுத்தேன். வண்ணத்திரையில சினிமா பிட்ஸ் எழுதினேன். இப்படியே, பசிக்கும், வறுமைக்கும் இடையில சின்ன, சின்ன சுவாரஸ்யங்களோட வாழ்க்கை ஓடுச்சு.

'என்றும் அன்புடன்' படத்தை இயக்கின பாக்யநாதனை பேட்டி எடுக்க நானும், பிருந்தாவும் போனோம். பேட்டி முடிஞ்சதும், 'என்கிட்ட அசிஸ்டெண்டா வந்துடுங்களேன்'னார் பாக்யநாதன். அவர்கிட்ட சேர்ந்தோம்.

பாக்யநாதனுக்கும் ஏகப்பட்ட பிரச்சினை இருந்துச்சு. ரொம்ப சிரமப்பட்டார். ஒரு நாள், பஸ்சுக்கு 5 ரூபா பணம் கேட்டோம் பதறிட்டார். வீட்டில இருந்த காலி பாட்டில், பழைய பேப்பரையெல்லாம் வித்து அஞ்சு ரூபாய் குடுத்தார். இது மாதிரி சின்னச்சின்னதா நாங்க பட்ட கஷ்டங்கள், அவமானங்களை

சொல்லிக்கிட்டே இருக்கலாம். ஆனா, அதுதான் அடுத்த முயற்சிக்கு உத்வேகமாவும் இருந்துச்சு.

ஷங்கர் சார்கிட்ட இருந்து வெளியே வந்து மகாபிரபு படத்தை ஆரம்பிச்சார் ஏ.வெங்கடேஷ். வசந்தபாலன் என்னை வெங்கடேஷ்கிட்ட அறிமுகம் செஞ்சு வச்சார். என்னை உதவியாளரா சேத்துக்கிட்டார் வெங்கடேஷ். மகாபிரபு படம் முடிய 3 வருஷம் ஆச்சு. ஆர்வமா வேலை செஞ்சேன். படம் தொடங்குறப்போ கடைசி உதவியாளரா இருந்த நான், முடியுறப்போ முதல் உதவியாளரா ஆயிட்டேன்.

'செல்வா' படம் முடிஞ்சவுடனே தனியா படம் பண்ற முயற்சியில இறங்கிட்டேன். கதை வேணும். நேரா ஊருக்குப் போனேன். ரொம்ப நாள் இடைவெளி விழுந்திட்டதால அம்மா குடும்ப விஷயங்கள் நிறைய பேசினாங்க. அப்போதான், 'நம்ம குடும்பத்தை வச்சே ஏன் ஒரு கதை பண்ணக்கூடாது'ங்கிற எண்ணம் வந்துச்சு. பிருந்தாக்கிட்ட கேட்டப்போ, தாராளமா செய்யலாமேன்னார். காவிரிக் கரையோரமா உக்காந்து 'ஆனந்தம்' கதையை எழுதுனேன்.

கதையை கையில வச்சுக்கிட்டு கம்பெனி, கம்பெனியா ஏறி இறங்குனேன். யாருக்கும் நம்பிக்கை வரல. கேமராமேன் சரவணன் சார் மூலமா ஞானவேல் சார் அறிமுகம் கிடைச்சுது. அவர், படத்தை எடுக்க முன்வந்தார். கதை விவாதம், டெக்னீஷியன் செலக்சன்னு ரெண்டு வருஷம் ஓடுச்சு. படம் இயக்கப்போறேன்னு தெரிஞ்சவுடனே வீட்டில கல்யாண ஏற்பாடு செஞ்சிட்டாங்க.

துரதிஷ்டம் என்னன்னா, ஞானவேல் சாரால படத்தை எடுக்க முடியல. வாழ்க்கை இருண்ட மாதிரி ஆயிடுச்சு. சோர்ந்து போயிட்டேன். ஆனா ஞானவேல் சார் என்கதையைப் பத்தி நிறைய பேர்கிட்ட சொல்லியிருந்தார். சில பேர் கதைக்கு மட்டும் விலை பேசினாங்க. 'விக்ரமன் சாருக்குத் தரமுடியுமா'னு அவரோட உதவியாளர் ராஜகுமாரன் கேட்டார். எனக்கு கதையை விக்க விருப்பமில்ல. சரி, கதை விவாதத்துக்காவது வாங்கன்னார். போனேன். விவாதத்தோட நிக்காம 'உன்னிடத்தில் என்னைக் கொடுத்தேன்' படத்துல அசிஸ்டெண்டாவும் வேலை செஞ்சேன். சினிமா மேக்கிங்ல இருக்கிற சிக்கல்களையும், நெருக்கடிகளையும் விக்ரமன் சார்கிட்ட கத்துக்கிட்டேன். அவரோட சின்சியரும், அர்ப்பணிப்பும் புதுசாவும், ஆச்சரியமாவும் இருந்துச்சு.

இந்த சூழல்ல, சூப்பர்குட் பாபுவும், ராஜகுமாரனும் சௌத்ரி சார்கிட்ட என்னை அறிமுகப்படுத்தினாங்க. அவர்கிட்ட 'ஆனந்தம்' கதையைக் குடுத்தேன். அதே நேரத்தில விக்ரமன் சாரோட 'வானத்தைப் போல' படம் வேற வந்துடுச்சு. ஆனா 'ஆனந்தம்' கதையில இருந்த உயிரும், வாழ்க்கையும் சௌத்ரி சாரைப் பாதிச்சுச்சு. தைரியமா படத்தை எடுக்க முன்வந்தார். படம் நல்லபடியா முடிஞ்சுச்சு. எதிர்பார்ப்பு பொய்யாகாம ஆனந்தம் நல்லவிதமா ஓடினதோட, நம்பிக்கைக்குரிய ஒரு சினிமாக்காரனா என்னை அறிமுகப்படுத்துச்சு. ஆனந்ததுக்குப் பிறகு என்வாழ்க்கை எதிர்பார்ப்புக்கு உரியதா மாறிடுச்சு.

இப்போ ரெண்டு அண்ணன்களும் கும்பகோணத்தில, திருப்பதி பிரதர்ஸ்னு ஒரு பெரிய மளிகைக்கடையை நடத்துறாங்க. தம்பி போஸ் தயாரிப்பாளராகிட்டார். என் தந்தையும், அண்ணன்களும் சிந்தின வியர்வைத் துளிகள்தான் இந்த வெற்றிக்கான விதை. நல்ல குடும்பம், நல்ல நண்பர்கள், நல்ல உறவுகள்னு எல்லாமும் நல்லதா அமையுறதும் அபூர்வமான வரம்..!

லிவிங்ஸ்டன்

நடிகர்

கூவக்கரை,
பிரிக்ளின்ரோடு குப்பம்,
புரசைவாக்கம்.

'காலையிலிருந்து சாயங்காலம் வரைக்கும் மிஷினைத் துடை, ஸ்பேனரை எடுனு உயிரை வாங்குறானுங்க. அஞ்சு நிமிஷம் யாருகூடவும் உக்காந்து பேசமுடியல. இந்த ஜெயில் வாழ்க்கை எல்லாம் நமக்குச் சரிப்படாது. நான் சினிமாவுல நடிக்கப்போறேன்...'னு அப்பாக்கிட்ட சொன்னப்போ, அவுரு கேட்டாரு... 'ஒம் முகத்தை ஒரு முறையாவது நீ கண்ணாடியில பாத்திருக்கியா. கருப்பும், துறுப்புமா இருக்கிற உம் மூஞ்சியை எவன்டா சினிமாவில பாப்பான்...'

சுருக்குனு உள்ளுக்குள்ள ஏதோ குத்துச்சு. ஆக்டிங் ஸ்கூல்ல சேந்து நடிப்பை கத்துக்கிட்டு பெரிய நடிகனா அப்பா முன்னாடி வந்து நிக்கனுங்கிற வெறி ஏற்பட்டது அப்போதான்.

அப்பா ஜோன்ஸ்க்கு பூர்வீகம் பொறையாறு. சைவப்பிள்ளையா இருந்து இரண்டாம் உலகப்போர் காலத்தில கிறிஸ்தவத்துக்கு மாறின குடும்பம். அம்மா ராஹில் பொறந்தது மலேசியா. தாத்தா சாமுவேல் பெரம்பூர் பென்னி மில்லுல வேலை செஞ்சார்.

அவருக்குப் பிறகு அப்பாவுக்கு அந்த வேலை கிடைச்சதால, சென்னைக்கே வந்துட்டார். மொத்தம் 12 பிள்ளைகள். மிஞ்சின பத்துல 9வது பிள்ளை நான்.

பன்னியும், கொசுவும் தான் எங்க குப்பத்துக்கு அடையாளம். எப்பப் பாத்தாலும் தகராறு. அடிதடி. வீட்டைச் சுத்தி ரவுடிப்பசங்க. கெட்ட வார்த்தை தான் தாலாட்டா இருக்கும்.

அப்பா படிச்சது 8வதுதான். ஆனா நல்லா இங்கிலிஷ் பேசுவார். தடியா, பெரிய மீசையோட போலீஸ்காரர் மாதிரி இருப்பார். உதவினு கேட்டா வாயில வச்ச சோத்தைக் கூட எடுத்துத்தருவார்.

வெளியில ஆயிரம் நல்லபேர் இருந்தாலும், பிள்ளைகள்கிட்ட கடுமையா நடந்துப்பார். கோபமா பாத்தாலே பயத்தில ஒன்னுக்குப் போயிருவோம். பெரிசா யாரைப்பத்தியும் அக்கறை எடுத்துக்க மாட்டார். அம்மாதான் எல்லாம். நல்லா பாடுவாங்க. பொறுமைசாலி. கோவில்... கோவில் விட்டா வீடு. அம்மாவோட உலகம் இதுதான். புளுப்புளுனு வீடு முழுதும் நிறைஞ்சிருக்கிற பிள்ளைகளை வச்சுக்கிட்டு அவங்க பட்ட சிரமம் கொஞ்சமில்ல. நல்ல சேலை கட்டிக்கூட அவங்களை நான் பாத்ததில்லை. சினிமாப்பாத்தா புனிதத்தன்மை கெட்டுடும்னு ஆணித்தரமா நம்புற குடும்பம் என்னோடது.

எனக்கு விபரம் தெரியத் தொடங்கின நாட்கள்ல, அப்பா ஸ்டோர் கமிட்டித் தலைவரா ஆயிட்டார். வருமானம் தரக்கூடிய பதவி. நாலைஞ்சு மாசத்திலயே புரசைவாக்கம் தாக்கர் தெருவில ஒரு வீடு வாங்கி குடியேறிட்டோம். பக்கத்தில ராக்ஸி தியேட்டர். அதோட மேனேஜரும், அப்பாவும் நண்பர்கள். அந்த மேனேஜரைப் பாக்க தியேட்டருக்குப் போகும்போது நானும் போவேன். அப்படித்தான் எனக்கு சினிமா அறிமுகமாச்சு.

சிவாஜி, எம்.ஜி.ஆரெல்லாம் வர்றப்போ, ரசிகர்கள் எழுந்து கைதட்டுறதும், கத்துறதும் சினிமா மேல மோகத்தை ஏற்படுத்திடுச்சு. யாருக்கும் தெரியாம தனியாவே போய் சினிமா பாக்க ஆரம்பிச்சேன். அப்பா பாக்கெட், அம்மாவோட மணிபர்ஸ்னு கிடைக்கிற இடத்தில கை வைப்பேன்.

8ம் வகுப்பை தாண்டுறதுக்குள்ள, வெளி ஏரியாவுக்குப் போய் சினிமா பாக்கப்போற அளவுக்கு டெவலப் ஆகிட்டேன். வீட்டில இடைஞ்சல் எதுவும் இல்ல. கையில காசில்லன்னா,

திருட்டுத்தனமா தியேட்டருக்குள்ள நுழையிறது. அப்படியும் போக முடியாத நாட்கள்ல, மேகலா தியேட்டர் சுவத்தில காதை வச்சு கதை வசனமாவது கேட்டாத்தான் தூக்கம் வரும்.

படிப்பு கசப்பாயிடுச்சு. எஸ்எஸ்எல்சியை தொடுறதுக்குள்ள கிட்டத்தட்ட போதைக்கு அடிமையானவன் மாதிரி ஆயிட்டேன். சினிமாவில நடிக்கணும், திரையில என்ட்ரி ஆகும்போது ரசிகர்கள் எழுந்திரிச்சு கை தட்டணும்... இதுதான் லட்சியம்.

எதிர்பார்த்த மாதிரியே எஸ்எஸ்எல்சி ஊத்திக்கிச்சு. அப்போதான் அப்பாவுக்கு என் லட்சணம் தெரியவருது. என் தோலும், அவர் பெல்டும் பிய்யிற வரைக்கும் அடிச்சார். ஆனா, வலி தெரியாம இருக்க, அன்னைக்கும் தியேட்டருக்கு போயிட்டேன்.

ராயப்பேட்டையில கார் உதிரிபாகம் தயாரிக்கிற ஒரு கம்பெனியில வேலைக்கு சேத்துவிட்டார் அப்பா. நைட்ஷிப்ட் வேலை. வேலைக்குப் போறதா சொல்லிட்டு தியேட்டருக்கு போயிடுவேன். படம் பாத்துட்டு, ஏதாவது பிளாட்பாரத்தில தூங்கி எழுந்திரிச்சு, காலையில வீட்டுக்கு வருவேன். ரொம்ப நாள் இந்த நாடகம் நீடிக்கல. ஒரு நாள் சிக்குனேன். அன்னைக்கும் அப்பாவோட பெல்ட் பிஞ்சுச்சு.

யாரு கால்லயோ விழுந்து டன்லப்ல ஒரு வேலையில சேர்த்து விட்டாரு. அங்கேயும் என்னால அடைஞ்சு கிடக்க முடியல. அந்த வேலைக்கும் முழுக்குப் போட்டேன்.

அதுக்குப் பிறகுதான் என்னை ஆக்டிங் இன்ஸ்டியூட்ல சேர்த்துவிட்டார் அப்பா.

சினிமாவே பாக்கெட்டுக்கு வந்துட்ட மாதிரி இருந்துச்சு. அப்போ 'புதியவார்ப்புகள்' படம் வெற்றிகரமா ஓடிக்கிட்டிருக்கு. படிப்பை முடிச்சிட்டு, நேரா பாக்யராஜ் சார்கிட்ட போய் வாய்ப்புக் கேக்கணும்னு முடிவு பண்ணிட்டேன்.

இந்த சமயத்தில திடீர்னு வீட்டு நிலைமை தலைகீழா மாறிடுச்சு. அப்பாக்கிட்ட பணம் வாங்கியிருந்த பல பேரு ஏமாத்திட்டாங்க. சகோதரிகளுக்கு கல்யாணம் செஞ்சதில கையிருப்பு கரைஞ்சிடுச்சு. அப்பா, 'நானும் ஒரு பெண்' ரங்கராவ் மாதிரி நொடிச்சுப் போய் உக்காந்திட்டார். தொடர்ந்து என்னால படிக்க முடியல. பாதியோட வந்துட்டேன்.

அப்பாவைப் பாத்தா பரிதாபமா இருக்கு. நான் ஏதாவது செஞ்சாத்தான் குடும்பத்தை ஓட்டலாம். நேரா பாக்யராஜ் சார் ஆபீசுக்குப்போய் நடிக்க சான்ஸ் கேட்டேன். என்னோட உருவத்தையும், உயரத்தையும் பாத்த பாக்யராஜ் சார், 'ஒரு கை ஓசை' படத்தில வெட்டியான் வேஷம் குடுத்தார். படம் நல்லாப்போச்சு. ஆனா என்னை யாரும் கவனிக்கல. கம்பெனி, கம்பெனியா அலையிறேன். யாரும் ஏறெடுத்துப் பாக்கல. திரும்பவும் பாக்யராஜ் சாரை பாத்து, அசிஸ்டெண்டா வச்சுக்குங்க சார்னு கேட்டேன். அப்புறம் பாக்கலாம்பானு சொல்லி அனுப்பிட்டார்.

ஆறேழு மாசம் ஓடுச்சுங்க. வாழ்க்கை மேல இருந்த நம்பிக்கையே போயிடுச்சு. கடைசியா பாக்யராஜ் சாரைப் பாத்துட்டு தற்கொலை பண்ணிக்கலாங்கிற எண்ணத்தில அவரைப் போய் பாத்தேன். பாத்தவுடனே கண்ணுல தண்ணி வந்திருச்சு. 'நீங்க என்னை அசிஸ்டெண்டா சேத்துக்கலன்னா தற்கொலை பண்ணிக்குவேன் சார்'னு அவர்கிட்ட அழுதுக்கிட்டே சொன்னேன்.

பதறிப்போன பாக்யராஜ் சார், 'ஏன்யா இதுக்குப் போய் அழுவுற, உன்னை சேத்துக்கறேன்யா'னு சொல்லி ஆறுதலா அணைச்சுக்கிட்டார். அந்த நாளுக்குப் பிறகுதான் எனக்கு வாழ்க்கை மேலயும், என் மேலயும் நம்பிக்கை வந்துடுச்சு. மாதம் *500 ரூபா சம்பளமும் குடுத்தார்.*

4 படங்கள் அவர்கிட்ட வேலை செஞ்சேன். அவர் யுனிவர்சிடி மாதிரி. ரொம்ப நல்லா வச்சிருந்தார். சினிமாவோட நுணுக்கங்களை ஒளிவு மறைவு இல்லாம கத்துக்குடுத்தார். எனக்கு, தனியா ஏதாவது செய்யனும்னு ஆசை வந்துச்சு. பாண்டியராஜன் வெளியே வந்து கன்னிராசி தொடங்குனார். நானும், ஜி.எம்.குமாரும் கன்னிராசிக்கு திரைக்கதை எழுதுனோம்.

அடுத்து, சத்யா மூவீஸ்க்கு காக்கிச்சட்டை கதை கொடுத்தோம். பாண்டியராஜன் மாமனார் அவினாசி மணி மூலமா அந்த வாய்ப்பு கிடைச்சுது. இந்த நேரத்தில குமாருக்கு, சிவாஜி புரடக்சன்ல அறுவடை நாள் படத்தை இயக்குற வாய்ப்பு கிடைக்க, நான் தனியா இயங்க வேண்டிய நிர்ப்பந்தம். கதைகளோட கம்பெனி, கம்பெனியா அலைஞ்சேன். விஜயகாந்த் சாரைப் பாத்து கதை சொன்னேன். நான் கதை சொல்றதைப் பாத்த விஜயகாந்த் சார், 'நல்லா நடிக்கிறீங்களே... என்

வெ. நீலகண்டன்

படத்தில வில்லனா ஆக்ட் பன்றீங்களா'னு கேட்டார். தானா வந்த லெட்சுமியை வேண்டாம்னு சொல்ல வேண்டாமேனு பூந்தோட்டக் காவல்காரன்ல நடிச்சேன்.

அதுக்குப்பிறகு திறக்காத கதவெல்லாம் திறந்துச்சு. 60 படங்கள். சரசரனு ஓடுச்சு. டெக்னிக்கல் விஷயமெல்லாம் புரிய ஆரம்பிச்சுச்சு. ஆனாலும், ஹீரோக்கிட்ட அடிவாங்குறதும், முகத்தை சுருக்கிக்கிட்டு வசனம் பேசுறதும் போரடிச்சிடுச்சு. ஹீரோவா நடிக்கனும். அதுக்காக வந்த வில்லன் வாய்ப்புகள் எல்லாத்தையும் தவிர்த்தேன். பத்திரிகையாளர் பட்டூர் செல்வம் சொன்ன ஒரு ஒன்லைனை வச்சு சுந்தரபுருஷன் கதையை ரெடி பண்ணுனேன். சௌத்ரி சார்கிட்ட முழுக்கதையையும் நடிச்சுக் காமிச்சேன். விழுந்து, விழுந்து சிரிச்சார்.

சுந்தரபுருஷன் வந்த பிறகு என் கேரியர் வேறு மாதிரியாயிடுச்சு. சுந்தரபுருஷன், சொல்லாமலே, விரலுக்கேத்த வீக்கம், என் புருஷன் குழந்தை மாதிரி 4 படமும் சக்ஸஸ். ஆனா தொடர்ந்து என் கேரக்டருக்கேத்த கதைகள் வரலை. எனக்கு திருப்தியான கேரக்டர்களை தவிர்க்காம நடிக்கிறேன்.

30 வருடம் இன்டஸ்ட்ரியில இருக்கேன். 150 படங்கள் தாண்டியாச்சு. என் தகுதியைத் தாண்டி எதுக்காகவும் நான் ஆசைப்படுறதில்ல. ஒரு நடிப்புப்பள்ளி ஆரம்பிச்சு, கனவோட வர்ற இளைஞர்களுக்கு பயிற்சி குடுக்கணுங்கிற ஆசை ரொம்ப நாளா இருந்துச்சு. 6 மாசம் முன்னாடி அந்து நிறைவேறிடுச்சு... பாய்ஸ் கம்பெனி நடிப்புப் பயிற்சிப் பள்ளியில 20 பசங்க படிக்கிறாங்க. இது தவிர ஜீசஸ் கிருபையால பாசமுள்ள மனைவி, அன்பான பிள்ளைகள்னு வாழ்க்கை எந்த குறையும் இல்லாம நகர்ந்துக்கிட்டிருக்கு..!

நர்த்தகி நட்ராஜ்
பரதக் கலைஞர்

2, கேசவா பிளாட்ஸ்,
கல்விவாருத் தெரு,
கச்சேரி ரோடு,
மயிலாப்பூர்.

என்குரு கிட்டப்பாபிள்ளை இறந்தபிறகு திக்குத்தெரியாம நின்னோம், நானும், சக்தியும். சென்னைக்கு கூப்பிட்டு, ஒரு தாயா அரவணைச்சு, 'கபாலி பார்வையிலயே இருங்க'னு சொல்லி மயிலாப்பூர்லயே வீடும் பாத்து தங்க வச்சது ரேவதி சங்கரன் அம்மாதான்.

மேல்தட்டுப் பெண்களுக்கு மட்டுமே உரியதா இருந்த நாட்டியக்கலையில், எந்த பின்புலமும் இல்லாத ஒரு திருநங்கை தனி அடையாளத்தோட ஜெயிக்க முடிஞ்சிதுன்னா அதுக்குப் பின்னால ரத்தமும், சதையுமான வலி, வேதனை, அவமானம்னு ஆயிரம் கதை இருக்கு. இன்னைக்கு அதை திரும்பி பார்த்தா அந்த காயங்கள் எல்லாம் தழும்புகளா காய்ஞ்சு கிடக்கு.

மதுரை அனுப்பானடியில தான் என்வீடு. பரந்த திண்ணை, அழகான தூண்கள், சுதந்திரமான அடுப்படி, கிறங்கடிக்கிற சந்தனப்பிச்சி பூச்செடினு வீடே புராதனமா இருக்கும். அப்பா பெருமாள்பிள்ளை. அம்மா சந்திரா. 10 பிள்ளைகள்ல நான் 5வது பிள்ளை.

வெ. நீலகண்டன்

முதன்முதலா உலகத்தை உணரத் தொடங்கினபோதே எனக்குள் நிறைஞ்சிருந்த பெண்மையை கண்டடைஞ்சுட்டேன். வெளியுலகத்துக்கு டவுசர், சட்டையோட நட்ராஜா வேஷம் போட்டாலும் உள்ளே கர்வமுள்ள ஒரு பொண்ணு தான் ஆளுமைசெஞ்சா.

ரெண்டு தெரு தள்ளி சக்தியோட வீடு. அவங்க அப்பா புன்னை வன முதலியார் பெரும் தனவந்தர். அவங்களுக்கு மதுரையில 10 ஜவுளிக்கடைகள். சக்தியும் என்னை மாதிரியே ஆண் உருவத்துக்குள்ள ஒளிஞ்சிருந்த பெண் தான். இயல்பாவே நாங்க ரெண்டு பேரும் தோழிகளாகிட்டோம்.

தெருக்கள்ல தேவதைகள் மாதிரி நடந்து திரிவோம். ஆண் உடை உடம்பில ஒட்டியிருந்தாலும் முழுமையான பெண்மை மனசுக்குள்ள பிரவகிச்சுப் பொங்கும். இந்த உலகமே எங்களுக்காக, எங்கள் பெண்மைக்காக படைக்கப்பட்டதுங்கிற மாதிரி மனசு ரெக்கை கட்டிப் பறக்கும். இதுதான், இப்படித்தான்னு புரியாத ஆறு வயசிலயே பரதம் எங்க உயிரோட ஒட்டி கலந்திடுச்சு. நடன கோபாலநாயகி கோவிலுக்குள்ள ஆள் வராத பக்கமா நின்னு ரெண்டு பேரும் நடனமாடுவோம்.

ஏழாவது, எட்டாவது படிக்கிற பருவத்திலயே வேற்றுக் கிரகவாசிகளைப் பார்க்கிற மாதிரி வினோதமான பார்வைகள், கேலி, கிண்டல்களை எதிர்கொள்ள தொடங்கியாச்சு. என் அக்கா தனலெட்சுமி தான் எனக்கு ஆதரவு. நல்ல வாசிப்பு பழக்கம் உள்ளவங்க. தாமரை மணாளன், அனுத்தமா, லெட்சுமி, நவீனன்னு தேடித்தேடி படிப்பாங்க. அவங்களுக்காக தினமும் ஒரு முறை நூலகத்துக்குப் போவேன். எதிர்காலத்தில வாசிப்பில நான் தொலைஞ்சு போக காரணம் அந்த காலங்கள்தான்.

10ம் வகுப்பு படிக்கிற காலங்கள்ல முழுமையான திருநங்கையாக நாங்க எங்களை உணர்ந்தாச்சு. தொளதொளனு ஆணுக்குமில்லாத, பெண்ணுக்குமில்லாத டிரெஸ். மாணவர்கள் எங்களை ஜந்து போல பாப்பாங்க. ஆனா, இந்திரா டீச்சர், காமாட்சி டீச்சர், பழனியப்பன் சாரெல்லாம் ஆதரவா இருப்பாங்க. காரணம், கலைநிகழ்ச்சிகள்ல என் நடனத்துக்கு கிடைக்கிற வரவேற்பு.

இன்னைக்கும் என்னால நம்பமுடியாத வியப்பு, அந்த பால்யகால நடனம் தான். யாரும் ஊன்றாத விதை. நான் அறிஞ்சு, எங்கிருந்தும் அது வரல. இன்னைக்கு, எந்த பயிற்சியும் இல்லாம, அந்த வயசில காட்டாற்று தண்ணி மாதிரி ஏற்ற இறக்கத்தோட,

அந்த தேவநடனம் எப்படி எனக்குள்ள இறங்குச்சு..! நான் முதல்ல பெண்மையை உணர்ந்தேனா, இல்லை நடனத்தை உணர்ந்தேனானு கூட புரியல..

நானும் சக்தியும் பள்ளிக்கூடத்தை கட் அடிச்சுட்டு சினிமாவுக்கு ஓடிடுவோம். சினிமா முடிஞ்சு வெளியில வர்றப்போ, பத்மினியா, வைஜெயந்தி மாலாவா, குமாரி கமலாவா, சரோஜாதேவியா திரும்புவோம். ஆள் அரவம் இல்லாத இடத்தில நின்னு படத்தில பாத்த நடனத்தை ஆடிப்பாப்போம்.

எல்லாம் ஒரு கட்டம் வரைக்கும் தான். தொடக்கத்தில இதையெல்லாம் சாதாரணமா எடுத்துக்கிட்ட பெத்தவங்க பின்னாடி பயப்பட ஆரம்பிச்சாங்க. என்னையும் சக்தியையும் சேரவிடாம தடுத்தாங்க. அடி, உதை எல்லாம் கிடைச்சுது. ஆனா எதுவும் எங்களைப் பாதிக்கல.

பத்தாவது தேர்வுக்குப் பிறகு கிட்டத்தட்ட வீட்டில தண்ணி தெளிச்ச கதைதான். யாரும் எதையும் கண்டுக்கிறதில்லை. சிறகு முளைச்ச பறவை போல சுதந்திரமா மேடைகளைத் தேடி, நடனம் ஆடத் தொடங்குனது இந்த தருணத்தில தான்.

மதுரையில பெரிய ஆட்களை எல்லாம் அழைச்சு, ஒரு நாட்டிய நிகழ்ச்சி நடத்தி எங்களை நிருபிக்கனுங்கிற வெறி. அப்போ மீனாட்சியம்மன் கோவில் தக்கார் வி.என்.சிதம்பரம் செட்டியார். அவரைப் போய் பாத்து, 'என் நட‌ன நிகழ்ச்சிக்கு நீங்க வரணும்'னு அழைக்கிறேன். ஒரு மாதிரி பார்த்த செட்டியார், 'உன் ஆட்டத்தைப் பார்க்கணும். முடிஞ்சா என் வீட்டுக்கு வந்து ஆடிக்காமி'ன்னார். மேக்கப்போட தைரியமா வீட்டுக்குப் போய் ஆடினேன். செட்டியாரும், ஆச்சியும் உச்சிமோந்து பாராட்டினாங்க. நிகழ்ச்சிக்கு செட்டியார், மேயரெல்லாம் வந்திருந்து பாராட்டினாங்க.

16 வயசிருக்கும். வீடு நரகமாயிடுச்சு. தனம் அக்காவுக்கு திருமணம் ஆகி போயிட்டாங்க. என்னை புரிஞ்சுக்க வீட்டில யாரும் இல்லை. அப்போ, எனக்கு அம்மாவா இருந்தது சக்தி தான். எந்த எதிர்பார்ப்புமே இல்லாம எனக்காக எதையும் செய்ய தயாரா இருந்தா. கோடிக்கணக்கான சொத்தை உதறிட்டு என்கூட வந்தா. இந்த போலி வாழ்க்கை வேண்டாம். சுயத்தோட வாழலாம்னு முடிவு செஞ்சப்போ, எங்களுக்கு இருந்த ஒரே வழி வீட்டை விட்டு வெளியேறுவது தான். ஆனா அந்த முடிவு யாரையும் வருத்தப்பட வைக்கல. அம்மா, அப்பா உட்பட எல்லாருக்கும் நிம்மதி.

நேராப்போய் மீராம்மா கால்ல விழுந்தோம். கண்ணியமா சமையல் வேலை செஞ்சு பிழைக்கிற திருநங்கை. எங்களை மகளா ஏத்துக்கிட்டாங்க. ‘தவறான வழிக்குப் போயி உன் திறமையை கெடுத்துக்காத. உனக்குனு ஒரு ஒளிமயமான வாழ்க்கை இருக்கு...’னு நம்பிக்கையூட்டி, திசைமாறவிருந்த என் வாழ்க்கையை ஒழுங்குபடுத்தினது மீராம்மா தான்.

மீராம்மாவை மட்டும் சந்திக்காம இருந்திருந்தா என் வாழ்க்கை வேறுவிதமா மாறியிருக்கும். தொடர்ந்து கோவில் நிகழ்வுகள்ல நடனமாடினேன். ஆனாலும், முறையான பயிற்சியும், முழுமையான பெண்ணாவும் இல்லாத என்னை யாரும் அங்கீகரிக்கலை.

வைஜெயந்திமாலாவோட நடனம் மேல எனக்கு அளவில்லாத பைத்தியம். அவங்க உடலோட ஒவ்வொரு அங்கமும் கீர்த்தனைக்கு தக்கமாதிரி இயல்பை மாத்திக்கிற நுணுக்கத்தை பார்த்து வியந்திருக்கேன். அவங்க குருக்கிட்டயே நடனம் கத்துக்கனுங்கிறது என் அடிமனசில ஊறிக்கிடந்த லட்சியம். கிட்டப்பாபிள்ளை தான் அவங்க குருனு தெரியவந்த பிறகு, வைராக்கியத்தோட தஞ்சாவூருக்கு பஸ் ஏறினோம் நானும், சக்தியும்.

எங்களை ஏற, இறங்கப் பார்த்த குரு, ‘இப்போ எனக்கு நேரம் இல்லை, அப்புறம் பார்க்கலாம்னு தட்டிக்கழிச்சார். ஆனா நாங்க விடல. 1 வருஷம் அவர் வீட்டுக்கு முன்னாடி தவம் கிடந்தோம். கடைசியா மனம் இறங்கினார். அவரோட மகளாவே பாவிச்சு நாட்டிய நுணுக்கங்களை குறையில்லாம போதிச்சார். சிதம்பரம் நடனாஞ்சலி நிகழ்ச்சியில என்னை அரங்கேற்றம் செய்ய வச்ச குரு, அங்க கிடச்ச பாராட்டைப் பார்த்து நான் வாய்பிளந்து நின்னப்போ, ‘இப்போ மகிழ்ச்சியா, இதுக்குத்தான் ஒன்னை ஒரு வருடம் காத்திருக்கச் வச்சேன்’னு சொல்லி சிரிச்சார்...!

மற்ற மாணவிகள் வைரமும், தங்கமும் தட்சணையாத் தருவாங்க. நாங்க கோதுமை மாவைக் கொண்டு போய் கொடுப்போம். எந்தவிதத்திலயும் வேறுபாடு பார்க்க மாட்டார். தஞ்சை நால்வரின் சங்கதிகளை கத்துக்க குறைஞ்சது 6 வருடமாவது ஆகும். ஆனால் எனக்கு ஒரே வருடத்தில கத்துக்கொடுத்தார். நட்ராஜா இருந்த என்னை நர்த்தகியா மாத்தினார்.

பிளஸ்டூ கூட முடிக்காத நான் தமிழ் பல்கலைக் கழகத்தில உதவி நடன ஆசிரியையா சேந்தேன். மத்தியஅரசு பெல்லோஷிப் குடுத்து என் நடனத்தை அங்கீகரிச்சுது.

15 வருடம் குருகுல வாசம். அப்பாவா, அம்மாவா, குருவா, கடவுளா இருந்த கிட்டப்பாபிள்ளையோட மரணத்துக்குப் பிறகு நானும், சக்தியும் நிலைகுலைஞ்சிட்டோம். ஷோபனா ரமேஷ் மூலம் ரேவதிசங்கரன் அம்மா அறிமுகம் கிடைச்சபிறகு தான் வெளிச்சம் கிடைச்சுது.

ஆரம்பத்தில சென்னையில நிறைய நெருக்கடிகள். கிட்டப்பா மாணவிங்கிற ஒரு தகுதியைத் தவிர நாட்டியத்துக்குத் தேவையான எதுவும் என்கிட்ட இல்லை. ஆனால் என் போராட்ட குணம் மடியல. உணவு, உறக்கம் மறந்து இரவு, பகல் பாக்காத பயிற்சி. நாலைஞ்சு வருடத்திலயே உலகத்தை திரும்பி பாக்க வச்சோம்.

நாட்டியத்தில என் தேடலும், பாணியும் வேறு மாதிரியானது. தேவதாசிகள் எனப்படும் இறைமகளிர் ஆண்டவனுக்காக ஆடிய நடனத்தின் வேறு வடிவம் தான் பரதம். நான் அதோட பழமையைத் தேடித்தேடி காட்சிப்படுத்த முனைஞ்சேன். தேவாரம், திருவாசகம் போன்ற தெய்வீக தமிழ்ப்பாடல்களுக்கு நடனமாடி அடித்தட்டு பாமர மனிதருக்கும் கொண்டுபோய் சேர்த்தேன். தேவதாசி நடன வகைகளை அதன் சுயம் சுருங்காமல் நவீனப்படுத்தினேன்.

இப்போ பல ஆயிரம் மேடைகளை கடந்தாச்சு. உலகம் முழுதும் பயணிச்சாச்சு. எல்லா நாடுகள்லயும் மாணவிகள் இருக்காங்க. எட்டநின்னு அண்ணாந்து பாத்து ரசிச்ச பெரும் நாட்டியக் கலைஞர்கள் என்னை அரவணைச்சு வாரிசா அங்கீகரிக்கிறாங்க. ஓய்வுனு சொல்லிக்க ஒரு நாள் இல்லாம தொடர் பயணங்கள்.

என் வாழ்க்கையில சக்தியை சந்திச்சது, மீராம்மாவை சந்திச்சது, குருவை சந்திச்சது, ரேவதி சங்கரனை சந்திச்சது எல்லாமே ஏதோ விதிச்சுவச்ச சம்பவங்கள் மாதிரி நிகழ்ந்தது. ஒரு திருநங்கையா நான் படைக்கப்பட்டது ஏதோ ஒரு திட்டமிட்ட காரணம்தானு உணர்றேன். அம்மாவால புறக்கணிக்கப்பட்ட என்னை என் மாணவிகள் எல்லோரும் அம்மானு கூப்பிடும் போது எனக்குள்ள தாய்மை பிரவகிச்சு தளும்புது.

சமூகத்தோட விளிம்பில தொங்கிக்கிட்டு தவிக்கிற பிற திருநங்கைகளுக்கு என் வாழ்க்கை தான் நான் தரப்போகும் செய்தி. எல்லோருமே ஏதோ ஒரு காரணத்துக்காக படைக்கப்படுறோம். அந்த காரணத்தை தேடி கண்டறியிறதுல தான் வாழ்க்கையோட முழுமை இருக்கு..!

பட்டுக்கோட்டை பிரபாகர்
எழுத்தாளர்

11/11 ஜீவரத்தினம் நகர்,
அடையாறு.

இது தான் சென்னையில என்னோட முதல் முகவரி.

பட்டுக்கோட்டை தலையாரித் தெருவில தான் வீடு. அப்பா ராதாகிருஷ்ணன், அம்மா சந்திரா. என் வாசிப்புக்கும், எழுத்துக்கும் அம்மா ரோல் மாடல்னா, தன்னம்பிக்கைக்கு ரோல் மாடல், அப்பா. எந்த பின்புலமும் இல்லாம ஒரு எழுத்தாளனா நான் ஜெயிக்க காரணம் அப்பா கத்துக்கொடுத்த தன்னம்பிக்கை.

அப்பாவுக்கு 3 சகோதரிங்க. அவரோட 7 வயசிலயே அவங்க அப்பா இறந்திட்டார். அப்பாவாவும், அம்மாவுமா இருந்து வளர்த்தது மூத்த அக்கா பங்கஜம் தான்.

எஸ்.எஸ்.எல்.சிக்கு மேல அப்பாவால படிக்க முடியல. 18 வயசில கண்ணன் ஸ்டோர்னு ஒரு எசன்ஸ் கடை ஆரம்பிச்சார். அம்மா சந்திரா, லஷ்மி, சிவசங்கரினு நிறைய படிப்பாங்க. புத்தகங்கள் எடுக்க என்னை தினமும் நூலகத்துக்கு அனுப்புவாங்க. வீட்டுக்கும் நிறைய பத்திரிகைகள் வரும். என் வாசிப்புத்தளம் விரிவடைய வீட்டுச்சூழல் ஒரு முக்கியக் காரணம்.

பள்ளிக்கூடத்தில சுவாமிநாதன், தங்க அன்புவல்லினு இரண்டு தமிழாசிரியர்கள். பாடத்தை தாண்டி நிறைய விஷயங்கள்

பேசுவாங்க. எதையும் விமர்சனக் கண்ணோட்டத்தில பார்க்கிற பக்குவம் எனக்கு அவங்ககிட்ட இருந்து தான் வந்துது.

வீட்டுக்கு எதிரே இருந்த சகுந்தலா டீச்சர், பொழுதுபோகாத நேரத்தில நாடகங்கள் எழுதி என்னையும், அவங்க பையனையும் நடிக்கச் சொல்வாங்க. அவங்க எழுதுற வசனங்கள் பசக்குனு மனசுல ஒட்டுற மாதிரி இருக்கும். சாதாரணமா ரோட்டில நடக்கும்போது கூட, திடீர்னு கீழே கிடக்கிற குச்சியை எடுத்து வாளா சுழட்டிக்கிட்டே கட்டபொம்மனா நடந்து போவேன். மனசில ஒட்டுற மாதிரியான ஒரு எழுத்து ஒழுங்கு சகுந்தலா டீச்சர்கிட்ட இருந்து தான் எனக்கு கிடைச்சது.

9ம் வகுப்பில மந்திரவாதி தங்கச்சங்கிலினு ஒரு கதை எழுதினேன். சில ஆசிரியர்கள் பாராட்டுனாங்க. சில பேர் உருப்படுறமாதிரி தெரியலன்னாங்க. ஆனாலும் அப்போ கிடைச்ச பாராட்டும், ஊக்கமும் எழுத்து மேல எனக்கொரு கிறக்கத்தை ஏற்படுத்துச்சு.

திருச்சி செயிண்ட் ஜோசப் கல்லூரியில சேர்ந்தேன். படிப்பு மேல பெரிய ஆர்வமில்லை. கலை, இலக்கியம் பக்கம் கவனம் திரும்புச்சு. கல்லூரி அளவில நடந்த நாடகப்போட்டிக்காக 'திரைகடல் ஓடியும் திரைப்படம் எடுப்போம்'னு ஒரு நகைச்சுவை நாடகம் எழுதுனேன். அப்போ தமிழ்த்துறை தலைவரா இருந்த பேராசிரியர் சாமிமுத்து அதை படிச்சிட்டு, 'உன் எழுத்தில நல்ல நகைச்சுவை இருக்கு. நல்ல வருவே...'ன்னார். ரொம்ப உற்சாகமா இருந்தது. அந்த நாடகத்துக்கு நிறைய பரிசுகள் கிடைச்சுது.

அதுக்குப் பிறகு, கல்லூரியில தனி மரியாதை. 'தேன்மழை'ங்கிற பேர்ல வந்த மாணவர் இதழ்ல ஒரு புகைப்பட கமெண்ட் போட்டி நடத்தினாங்க. அதுக்கு எழுதி அனுப்பினேன். முதல் பரிசு கிடைச்சுது. ஆர். பிரபாகர், இளங்கலை இரண்டாம் ஆண்டு, செயிண்ட் ஜோசப் கல்லூரினு போட்டு அந்த கமெண்ட் பிரசுரமாச்சு. அதுதான் அச்சில வந்த முதல் படைப்பு.

படிப்பை முடிச்சிட்டு பட்டுக்கோட்டை வந்து கடையில உக்காந்தேன். ஆனால் மனசு ஒட்டல. என் எழுத்தை ரசிக்கிற, விவாதிக்கிற இலக்கிய வட்டம் அங்கே இல்லை. தவிச்சுப் போயிட்டேன். எழுத்து முடங்கிடுச்சு. அந்த தருணத்தில சில நண்பர்கள் முத்தமிழ் பேரவைனு ஒரு அமைப்பைத் தொடங்கினாங்க. அதில என்னை தீவிரமா இணைச்சுக்கிட்டேன். மாதாமாதம்

படைப்புகளை பரிமாறிக்கிறது, விவாதிக்கிறது, நாடக விழா நடத்துறதுனு அந்த இயக்கம் கொஞ்சம் ஆறுதலா இருந்தது.

இதுக்காக நான் நிறைய நேரத்தை இழக்கிறது அப்பாவுக்கு பிடிக்கல. பிழைப்பை பாக்காம இப்படி சுத்துறானேனு வருத்தம். ஒரு நாள், 'இப்பிடி ஏண்டா வெட்டியா சுத்துற, பத்திரிகைகளுக்கு எதையாவது எழுதிப்போடு..'ன்னார். எழுதி அனுப்பினேன். 20 கதைகள் திரும்ப வந்திடுச்சு. ஆனால், அந்த கதைகளோட வர்ற வாழ்த்துக் கடிதங்கள் உற்சாகமா இருக்கும்.

ஆனந்த விகடன் மாணவர் பக்கத்தில 'அந்த 3 நாட்கள்'னு ஒரு கதை பிரசுரமாச்சு. அந்த கதைக்கு கிடைச்ச பாராட்டும், வாழ்த்தும் என்னை நிறைய எழுத வச்சுது. நமக்கும் தகுதி இருக்குங்கிற நம்பிக்கை வந்த பின்னாடி, தினமும் 2 கதைகள் எழுதி அனுப்ப ஆரம்பிச்சேன்.

நிறைய இதழ்கள்ல கதைகள் வரத் தொடங்கின நேரம். 'குங்குமம்' இதழ்ல இருந்து ஒரு கடிதம். சாவி கைப்பட எழுதியிருந்தார். 'உங்கள் எழுத்தில் ஒரு பொறி இருக்கிறது. நீங்கள் மிகச்சிறந்த எழுத்தாளராக வருவீர்கள். குங்குமத்துக்கு தொடர்ந்து எழுதுங்கள்...'

இது மாதிரி ஒரு ஆரம்ப கால எழுத்தாளனுக்கு வாய்ப்பும், பாராட்டும் கிடைக்கிறது ரொம்ப கஷ்டம். ஒரு ஜாம்பவானே பாராட்டின பிறகு பேனா அடங்குமா? குங்குமத்துக்கு எழுதிக் குவிச்சேன். ஒரே இதழ்ல 2 கதைகள் கூட வந்துது.

ஆர்.பிரபாகர்ங்கிற பேர்ல கதைகள் வர்றதை பார்த்த அப்பா, 'கவிதையில பட்டுக்கோட்டை கல்யாணசுந்தரம், அரசியல்ல பட்டுக்கோட்டை அழகிரி, நாடகத்துறையில பட்டுக்கோட்டை குமாரவேலு மாதிரி நீ 'பட்டுக்கோட்டை பிரபாகர்'னு எழுதுடா'ன்னார். கதைகள் எழுத நேரமும் ஒதுக்கி தந்தார்.

அந்த நேரத்தில சாவிக்கிட்ட இருந்து திரும்பவும் ஒரு கடிதம். 'என் பத்திரிகைகளுக்கு உதவி ஆசிரியரா வர்றியானு கேட்டிருந்தார். அந்த நேரத்தில என் தம்பி கல்லூரியில படிச்சிட்டு இருந்தார். 'அவன் படிப்பு முடியிற வரைக்கும் பட்டுக்கோட்டையை விட்டுப் போகக்கூடாது'னு அப்பா சொல்லிட்டார். ஆனாலும், 'திசைகள்'ல என்னை உதவி ஆசிரியராக்கி பட்டுக்கோட்டையில் இருந்தே வேலை செய்யச் சொன்னார் சாவி. என்னோட புது முயற்சிகளுக்கும் வாய்ப்பு கொடுத்தார். முதல் குறுநாவல்

சுஜாதா இதழ்லயும், முதல் நாவல் 'மோனா' இதழ்லயும், முதல் தொடர்கதை 'திசைகள்'லயும் வந்துது.

அதன்பிறகு நிறைய பத்திரிகைகளுக்கு தொடர்கதைகள் எழுதினேன். மாத நாவல் நடத்துறவங்க பட்டுக்கோட்டைக்கே தேடிவரத் தொடங்கிட்டாங்க. எழுத்து சோறு போடத் தொடங்கியாச்சு. பிறகென்ன..? திருமணமும் ஆகியாச்சு. ஸ்வர்ணரம்யாவும், ஸ்வர்ணப்பிரியாவும் பிறந்தாங்க. திசைகளுக்காக அடிக்கடி சென்னை வந்து போற நிலை. அப்படி ஒரு பயணத்தில சுபாவோட அறிமுகம் கிடைச்சுது. கொஞ்ச நாள்லயே வாடா, போடாங்கிற அளவுக்கு எங்க நட்பு வளர்ந்திடுச்சு.

ஒரு சந்திப்புல 'நாம ஒரு பத்திரிகை தொடங்கலாமேனு யோசிச்சோம். உடனடியா செயல்வடிவமும் கொடுத்தோம். என் மனைவி, குழந்தைகளை விட்டுட்டு, பெட்டி படுக்கையை கட்டிக்கிட்டு சென்னைக்கு வந்தாச்சு. 'உங்கள் ஜூனியர்' மாத இதழ் வந்துது. வழக்கமான மாத நாவல் மாதிரி உள்ளடக்கம் இல்லாம பல்சுவை இதழா கொண்டு வந்தோம். நல்ல வரவேற்பு. மறுவருஷமே 'உல்லாச ஊஞ்சல்' கொண்டு வந்தோம். அப்போ கே.வி.ஆனந்த் தான் எங்க இதழுக்கு போட்டோக்கள் எடுத்துத் தருவார்.

ஒரு நாள் சுபாவும், நானும் பாக்யராஜ் சாரை சந்திச்சோம். 'சினிமாவோட வேர் கதை தான். ஆனா எழுத்தாளர்கள் சினிமாவுக்கு வரத் தயங்குறாங்க. இது சினிமாவுக்கு பெரிய இழப்பு'ன்னார் பாக்யராஜ். இது என்னை நிறைய யோசிக்க வச்சுது. நாம ஏன் நம்ம மீடியத்தை மாத்திக்கக் கூடாதுனு தோண, பாக்யராஜ் சார்கிட்ட உதவி இயக்குனரா சேர்ற முடிவுக்கு வந்தேன்.

சென்னை போய் பத்திரிகையை பாத்துக்கிட்டு பாக்யராஜ்கிட்ட சேரப்போறேனு சொன்னதும் அப்பா அதிர்ந்துட்டார். 'புள்ள, குட்டினு ஆனபிறகு சினிமாவெல்லாம் ஏண்டா...'ன்னார். ஆனால் நான் உறுதியா இருந்தேன்.

சென்னை வந்ததும் பல வங்கிகள்ல லோன் எடுத்து ஒரு நிலத்தை வாங்கி வீடும் கட்ட ஆரம்பிச்சேன். அவசரப்போலீஸ் 100, பவுனுபவுனு தான் படங்கள்ல பாக்யராஜ் சார்கிட்ட வேலை செஞ்சேன். பவுனுபவுனு தான் படத்தில ஒரு கேரக்டர்ல என்னையே நடிக்க வச்சார். 'ருத்ரா'வுக்கான கதை விவாதம் வரைக்கும் அவர்கிட்ட இருந்தேன்.

தீவிரமா சினிமாவில இருந்ததால எழுத வந்த பல வாய்ப்புகளை இழந்தேன். வங்கிக்கடன் வேற எகிறிடுச்சு. சினிமாவில ஜெயிக்க வெறித்தனமான உழைப்பு வேணும். ஆனா என்கிட்ட வெறும் ஆர்வம் மட்டும் தான் இருந்தது. தவம் மாதிரி அதை நோக்கியே போனாத்தான் இயக்குனரா ஜெயிக்க முடியும். அப்ப இருந்த நிலைமையில பணம் அத்தியாவசியப்பட்டுது. இயக்குனர் கனவை தள்ளி வச்சுட்டு தீவிரமா எழுத ஆரம்பிச்சேன். சீரியல் வாய்ப்புகளும் கிடைச்சுது.

இந்த நேரத்தில ஒரு தயாரிப்பாளர் தேடி வந்தார். நான் எழுதின 'தொட்டால் தொடரும்' தொடர்கதையை ரமேஷ் அரவிந்த், அஞ்சுவை வச்சு படமா எடுக்க முடிவு செஞ்சோம். நான் தான் இயக்குனர். *6* மாதங்கள் தீவிரமா உழைச்சேன். படப்பிடிப்பு தொடங்குற நேரத்தில பணப்பிரச்சினையால தயாரிப்பாளர் பின்வாங்கிட்டார். என்னோட மதிப்பு மிக்க நேரம் நிறைய செலவழிஞ்சதில எனக்கு வருத்தம். அது எனக்கு ஒரு படிப்பினை. இனிமே சினிமா வேணாம்னு முடிவு செஞ்சேன். ஆனால் சினிமா என்னை விடல. நண்பர் வெங்கடேஷ் 'மகாபிரபு' படத்துக்கு வசனம் எழுதச் சொன்னார். அதன்பிறகு ஒரு வசனகர்த்தாவா சினிமா என்னை அங்கீகரிச்சுது.

இப்போ சினிமா, சீரியல், மாத நாவல்கள், தொடர்கதைகள்னு நான் எதிர்பார்த்த தளங்கள்லயே நகர்ந்துக்கிட்டு இருக்கேன். நிறைய வாய்ப்புகள் தேடி வந்துக்கிட்டிருக்கு. வேலை இல்லைனு ஒரு நிமிடம் கூட உக்கார முடியாத அளவுக்கு பரபரப்பாக நகருது வாழ்க்கை..!

பழநிபாரதி
கவிஞர்

28, வெள்ளாளத் தெரு,
அமைந்தகரை.

புதுப்பட்டியில் இருந்து குடும்பத்தோட சென்னை வந்தப்போ எனக்கு 4 வயசு. தாய்மாமா முத்தையா தான் எங்களுக்கு அடைக்கலம் கொடுத்தவர்.

'புள்ள, குட்டினு ஆயாச்சு. இனிமே கவிதையெல்லாம் வேண்டாம். வருமானம் வர்ற மாதிரி எதாவது தொழில் செய்யுங்க...'னு அம்மா சொன்ன பிறகு தான் அப்பா ரெண்டாவது முறையா சென்னைக்கு வர்ற முடிவை எடுத்தார்.

அப்பா சாமி பழனியப்பன். பாரதிதாசன் பரம்பரைக் கவிஞர். திராவிட இயக்கப் போராளி. காரைக்குடி பக்கத்தில புதுப்பட்டி தான் பூர்வீகம்.

தச்சுத் தொழில்ல அப்பாவுக்கு ஈடுபாடில்லை. இந்தித் திணிப்பை எதிர்த்து பள்ளிக்கூட வாசல்லயே சான்றிதழை எரிச்சுட்டு வந்துட்டார். 21 வயசுல இலங்கையில இருந்து வர்ற வீரகேசரி நாளிதழுக்கு வேலைக்குப் போனார். திரும்பி வந்து கொஞ்சநாள் பாரதிதாசன்கிட்ட உதவியாளரா இருந்தார்.

காரைக்குடியில வாரச்செய்தி இதழ்ல வேலை செஞ்ச சமயம், கண்ணதாசன் தென்றல் இதழை பாத்துக்க அப்பாவை சென்னைக்கு அழைச்சார். சென்னை வாழ்க்கை அப்பாவுக்கு ஒத்துப் போகாததால வந்த வேகத்திலயே புதுப்பட்டி திரும்பிட்டார். கொஞ்சநாள் குன்றக்குடி அடிகளார்கிட்ட உதவியாளரா இருந்தார்.

குடும்ப நிர்வாகம் முழுதும் அம்மா தான். என்னோட சேர்த்து மொத்தம் 6 பிள்ளைகள். ரொம்பவும் கஷ்ட ஜீவனம். நான் பிறந்தப்போ மருத்துவமனையில இருந்து அழைச்சிட்டு வரக்கூட காசில்லையாம்.

பனைவெல்லக் கூட்டுறவு சங்கம் நடத்தின 'பனைச்செல்வம்' இதழ்ல வேலை கிடைச்சதால எல்லாரையும் அழைச்சிட்டு சென்னை வந்தார் அப்பா. முதல்ல மாமா வீடு, சித்தப்பா வீடுனு உறவினர் வீடுகள்ல இருந்தோம். அப்பாவுக்கு தமிழரசு இதழ்ல வேலை கிடைச்ச பிறகு கோடம்பாக்கம் பூபதி நகருக்கு வந்தோம்.

அண்ணனுக்கு அரசு வேலைதான் குறிக்கோள். ஆனா, எனக்கு அப்பாவோட பாதை பிடிச்சிருந்துது. அவரைப் பார்க்க வீட்டுக்கு வர்ற இலக்கியவாதிகளை வியப்போட பார்ப்பேன். அப்பாக்கிட்ட நிறைய கேள்வி கேப்பேன். நல்ல புத்தகங்களை தந்து படிக்கச் சொல்வார். கவியரங்கத்துக்குப் போய் பக்கத்தில உக்கார்ந்துக்குவேன். அப்பாவின் வழியா கவிதை மனசுக்குள்ள இறங்கி நங்கூரம் போட்டு உக்காந்திடுச்சு.

8வது படிக்கும்போது குழந்தைப் பாடல்கள் எழுதி, கவிஞர் பொன்னடியான் நடத்தின கடற்கரை கவியரங்கத்தில படிப்பேன். சாமிபழனியப்பன் மகன்கிற அறிமுகமே பெரிய கவிஞர்களை என்னை கவனிக்க வச்சுது.

பணிரெண்டாம் வகுப்பு படிக்கிறப்போ சோவியத் கலாச்சார மையத்தில் இயங்கின 'புஷ்கின் இலக்கிய கழகம்' நடத்தின மாநில கவிதைப் போட்டியில் முதல் பரிசு வாங்கினேன். என்னோட தமிழாசிரியர் சலாவுதீன் தான் அந்த அமைப்புக்கு தலைவர். என்னை துணைச் செயலாளரா நியமிச்சார். கார்க்கி, டால்ஸ்டாய், புஷ்கின், தாஸ்தோவஸ்க்கி எல்லாரும் எனக்கு அறிமுகம் ஆனாங்க. இலக்கில்லாம ஓடித்திரிஞ்ச என் எழுத்து ஒரு ஒழுங்குக்கு வந்தது அதுக்குப்பிறகு தான்.

கல்லூரிக்குப் போகப் பிடிக்கல. அப்பாவுக்கு கிடைச்ச மரியாதையும், தொடர்புகளும் என்னையும் இதழியல் பக்கம் திருப்புச்சு. நவீன இலக்கியங்களை வாசிக்க ஆரம்பிச்சேன். அப்பாவை பார்க்க வீட்டுக்கு வந்த அறிவுமதி அண்ணன், பழ.பாரதிங்கிற என் பெயரை பழநிபாரதினு மாத்தினார்.

இயக்குனர் எஸ்.பி.முத்துராமனோட உறவினர் திலக், புகழ்பெற்ற எடிட்டர். அடிக்கடி வீட்டுக்கு வருவார். அவரைப் பாத்து எடிட்டிங் கத்துக்கிற ஆசை வந்தது. திரைப்படக் கல்லூரிக்கு விண்ணப்பிச்சேன். வாய்ப்பு கிடைக்கல.

புத்தகம் வெளியிடுற ஆசை வந்துது. திருமகள் பதிப்பக உரிமையாளர் ராமநாதன் செட்டியார் அப்பாவோட நண்பர். அவர்கிட்ட என் கவிதைகளை கொடுத்தேன். அவர், கையில தொகுப்பையும், 500 ரூபா பணத்தையும் தந்து, 'இந்த கவிதையெல்லாம் விக்காது தம்பி, இந்த பணத்தை வச்சு வெளியில எங்காவது போட்டுக்கோ'னு சொல்லி அனுப்பிட்டார். ஆனாலும், பூங்கொடி பதிப்பக சுப்பையா நெருப்புப் பார்வைகளை வெளியிட்டு நம்பிக்கை கொடுத்தார்.

எஸ்.டி.சோமசுந்தரம் நடத்தின 'போர்வாள்' இதழ்ல வேலைக்கு சேந்தேன். பிழை திருத்துதல் தொடங்கி அச்சு வரை எல்லா வேலையும் பழகினேன். ஒருநாள், எம்.ஜி.ஆரை பாராட்டி கவிதை எழுதச் சொன்னாங்க. திமுக குடும்பத்தை சேர்ந்த என்னால எம்ஜிஆரை பாராட்டி ஒரு வரி கூட எழுதமுடியல. அந்த வேலையை விட்டுட்டு அடியாரோட 'நீரோட்டம்' இதழ்ல சேந்தேன்.

நீரோட்டத்தில, 'அடியாரும், 6 பாட்டில்களும்'னு ஜெயகாந்தன் ஒரு தொடர் எழுதினார். அதை அவர் சொல்லச்சொல்ல நான்தான் எழுதுவேன். ஒரு எழுத்தாளனோட கம்பீரத்தை ஜெயகாந்தன் மூலமா உணர்ந்தேன். எழுத்து மேல இன்னும் அதிதீவிர பிடிப்பு வந்திச்சு.

திடீர்னு 'நீரோட்டம்' நின்னுடுச்சு. குடும்பம் இருந்த நிலையில எனக்கு ஒரு வேலை அவசியம். தமிழ்நாடு பாடநூல் கழகத்தில கணக்கெடுக்கும் வேலை கிடைச்சுது.

ஒரு நாள் அப்பாவை பார்த்த வலம்புரி ஜான், 'கவிதை எழுதுற பையனை கணக்கு எழுத வச்சிருக்கீங்களே... வரச்சொல்லுங்கள். 'தாய்'ல சேத்துக்கறேன்'னு சொல்ல, 'தாய்'ல சேர்ந்தேன். நிறைய

இலக்கிய சர்ச்சைகளை காரசாரமா பதிவு செஞ்சேன். வலம்புரி ஜான் 'தாய்'ல இருந்து வெளியேறின உடனே நானும் வெளியே வந்துட்டேன்.

அப்பா ஓய்வு பெற்றாச்சு. அக்காவுக்கு திருமணம் முடிஞ்சு கடன் தலைக்கு மேல ஏறிடுச்சு. ஏதாவது செஞ்சாகனும். அப்போதான் சினிமா பத்தின எண்ணம் வருது. ஆனா, நினைச்சவுடனே கூப்பிட்டு மாலை போட்டு வரவேற்று வாய்ப்பை தூக்கிக்கொடுக்கிற துறை இல்லையே சினிமா!

ஆனால் அதிர்ஷ்டவசமா எனக்கு ஒரு வாய்ப்பு. பேரமனூர் சந்தானம்னு ஒரு நண்பன். இயக்குனர் விக்ரமன்கிட்ட என்னைப் பத்திச் சொல்ல, 'வரச்சொல்லுங்க, பெரும்புள்ளியில 'எழுதச்சொல்வோம்'னு சொல்றார்.' போய் டியூனை வாங்கிட்டு வந்தாச்சு.

அரைநாள் போராடியும் ஒரு வார்த்தை கூட எழுதல. ஒலிப்பதிவு பணியிலிருந்த ஒரு நண்பனை அழைச்சு, அவன் உதவியோட டியூனை உடைச்சு எழுத ஆரம்பிச்சேன்.

'இளமையின் விழிகளில் வளர்பிறை கனவுகள் பௌர்ணமி ஆகிறதே... மரங்களின் கிளைகளில் குயில்களின் சுரங்களில் சூரியன் மலர்கிறதே...'

பாட்டு வந்திடுச்சு! விக்ரமன்கிட்ட தந்தேன். 'ரொம்ப நல்லாயிருக்கு. இதையே பயன்படுத்திக்கிறேன்...'னு சொல்ல திடீர்னு சிறகு முளைச்சிட்ட மாதிரி பறக்கிறேன்.

ஆனால், கேசட்டில இடம் பெற்ற அந்த பாடல் படத்தில இல்லை. சொல்ல முடியாத வலி. அதை ஆத்துற மாதிரி பொண்வண்ணன் 'அன்னைவயல்' படத்தில வாய்ப்பு தந்தார். அதுவும் எனக்கான முகவரியா இல்ல. இனிமே சினிமாவே வேணாம்னு முடிவு செஞ்ச நேரத்தில விக்ரமன் 'கோகுலம்' படத்தில முழுப் பாடல்களையும் எழுதச் சொன்னார். படமும், பாடல்களும் வெற்றி. இருந்தும் நான் கவனிக்கப்படல. 4 வாய்ப்புகளுக்குப் பிறகும் வெளிச்சம்படாத துரதிஷ்டம். ஆனா அடிமனசில நீ ஜெயிப்பனு ஒரு அசரீரி கேட்டுக்கிட்டே இருக்கு.

அடுத்து விக்ரமன், 'புதிய மன்னர்கள்'ல இன்னொரு வாய்ப்பு தந்தார். 'எடுடா அந்த சூரிய மேளம்...', 'நீ கட்டும் சேலை மடிப்புல நான் கசங்கிப் போனேன்டி...' பாடல்கள் மூலமா வெளியில வந்தேன். ஆனா இந்த படமும் தோல்வி. சுந்தர். சியோட முறைமாமன் படத்தில எழுதுனேன். அதுவும் சறுக்கல்.

ஆனா, 'உங்க பாடல்கள்ல இருக்கிற கவிதை நயம் பிடிச்சிருக்கு'ன்னு சொன்ன சுந்தர்.சி. 'உள்ளத்தை அள்ளித்தா' -வை தந்தார். இழக்க வேற எதுவும் இல்லைங்கிற மனநிலையில எழுதினேன். ஜெயிக்கனும், அது மட்டும் தான் இலக்கு. கட்டுகளை உடைச்சு புது வடிவத்தில எழுதினேன். படமும், பாட்டுகளும் பெரிய வெற்றி. பழநிபாரதியை திரையுலகம் நிமிர்ந்து பாத்துச்சு. அடுத்தடுத்து வந்ததெல்லாம் என் காலங்கள். 97, 98, 99 வருஷங்கள்ல என் பாடல்கள் இல்லாத படங்கள் குறைவு.

வெற்றிகரமான மனிதன் விமர்சிக்கப்படுறதும் நியதி தானே? ஆங்கிலம் கலந்து தமிழை சிதைக்கிறார்ன்னு குற்றச்சாட்டு. அந்த குற்றச்சாட்டை தார்மீகமா ஏத்துக்கிட்டேன். காலப்போக்கில் அது மாதிரியான தேடலோட வர்ற இயக்குனர்களை புறக்கணிச்சேன். எண்ணிக்கையை விட தரத்தில கவனம் செலுத்தினேன்.

திரைப்படச் சந்தையில பொருளின் தரத்தை விட அலங்காரத்துக்குத் தான் மரியாதை. நான் என்னை நிலை நிறுத்திக்க திரையுலகத்தோட போக்கிலேயே போக நேர்ந்தது ஒரு விபத்து. ஆனால், மொழியுணர்வில யாருக்கும் நான் குறைந்தவன் இல்லை. இந்தி எதிர்ப்பு போராட்டத்தில என் குடும்பத்துக்கு முக்கியப் பங்கிருக்கு. சந்தையின் போக்கிலேயே இயங்கினது தான் என்னோட பிழை. என்கிட்டயும் வீசியெறிய நிறைய கேள்விகள் இருக்கு. ஆனால் அதையெல்லாம் சொல்லி என் போக்கை நியாயப்படுத்த விரும்பல.

இப்போ கண்ணதாசன், பட்டுக்கோட்டை காலம் போல சுதந்திரம் இல்லை. நிறைய சமரசம் தேவைப்படுது. டான்ஸ் மாஸ்டர் கூட பாட்டு வரிகளை மாற்றச் சொல்ற நிலை. வார்த்தைகளை இசை முழுங்கிடுது. இதையெல்லாம் தாண்டி இன்னைக்கும் என்னை நிலைநிறுத்திக்கிற அளவுக்கு போதுமான வாய்ப்புகளோட திருப்தியா இயங்குறேன். இளையராஜா மாதிரி மிகப்பெரிய ஆளுமைகள் என் பின்புலத்தில இருந்து என்னை இயக்குறாங்க.

என் மகள் லாவண்யா. இப்பவே நிறைய எழுதுறா. 'ஒரு கரண்டி மாவில் ஊருக்கெல்லாம் தோசை'னு நிலாவைப் பற்றி அவள் எழுதுற கவிதையை பார்க்கிறப்போ, என் அப்பாவும், நானும் செய்யாத ஏதோ ஒன்னை அவள் செய்வாங்கிற நம்பிக்கை வருது. காலம் எனக்கும் முன்னால அவளைக் கூட்டிக்கிட்டு ஓடிக்கிட்டிருக்கு..!

சடையாண்டி மூப்பனார்
போத்தீஸ்

போத்தி மூப்பனார் அன்ட் சன்,
18, பேருந்து நிலையம்,
ஸ்ரீவில்லிபுத்தூர்.

200 ஸ்கொயர்பிட்ல அப்பா முதன்முதல்ல ஆரம்பிச்ச இந்த கடைதான் இன்னைக்கு பிரமாண்டமான வளர்ந்து நிக்கிற போத்தீஸ் குழுமத்தோட மூலஸ்தானம். சென்னை, மதுரை, நெல்லைனு இன்னைக்கு நிறைய முகவரிகள் இருந்தாலும் இந்த கடையை எங்களோட முதல் முகவரினு சொல்லிக்கிறதில நிறைய பெருமை இருக்கு.

போத்தீஸ் குழுமத்துக்கு இது மூணாவது தலைமுறை. சாதாரண நெசவாளர் குடும்பத்தில பிறந்தவர் எங்க அப்பா போத்தி மூப்பனார். அவரு போட்ட விதைதான் இன்னைக்கு விருட்சமா வளர்ந்து நிக்குது. நாலைஞ்சு தறிதான் குடும்பத்துக்கு ஜீவாதாரம். அடித்தட்டு நெசவாளர் குடும்பம். அப்பா பிறந்த பிறகுதான் குடும்பத்தில சுபிட்ஷமே வந்துருக்கு. அம்மா பேரு குருவம்மா. மொத்தம் 8 பிள்ளைகள்ல 4 பேர் இறந்துட்டாங்க. மிஞ்சின நாலு பேர்ல நான்தான் கடைக்குட்டி. எனக்கு முன்னே 3 சகோதரிங்க.

தெய்வீகம் ததும்புற ஊர். அதிலும் எங்க தெருவில ராத்திரி, பகல்னு இல்லாம சகல நேரமும் சட்டடக்கு, சட்டடக்குனு

தறி நெய்யிற சத்தம் கேட்டுக்கிட்டே இருக்கும். அந்த பகுதி சிறுசுகளுக்கு இந்த சத்தம் தாலாட்டு மாதிரி.

அப்பாவோட பிறந்தவங்க 3 பேரு. தாத்தா காலத்துக்குப் பிறகு அவங்க தறிநெசவையும், அப்பா ஜவுளி வியாபாரத்தையும் பிரிச்சிக்கிட்டாங்க... அப்பா எதையுமே தொலை நோக்கத்தோட திட்டமிடக்கூடியவர். இன்னும் 5 வருஷம் கழிச்சு என்ன நடக்கும்னு யோசிச்சு அதுக்குத் தகுந்தமாதிரி முடிவெடுப்பார். ரொம்ப சிக்கனமானவர். தேவையில்லாம ஒரு பைசா கூட செலவழிக்க மாட்டார். வீட்டில தறிகள் இருந்தும் அப்பாவுக்கு நெசவு தெரியாது. எனக்கு விபரம் தெரிஞ்சப்போ, பாவு வாங்கி தறிக்காரங்ககிட்ட குடுத்து, நெசவு பண்ணி வாங்கி ஜவுளியா வித்தார் அப்பா. 1925ல ஸ்ரீவில்லிபுத்தூர்ல பஸ் ஸ்டாண்ட் கட்டினப்போ, அதில ஒரு கடை அப்பாவுக்கு கிடைச்சுது. நெசவு பண்ணிவாங்கிற துணிகளை இந்த கடையில வச்சு விப்பாங்க.

பெரிசா காசு பணம் இல்லாட்டியும் எந்த குறையுமில்லாத வாழ்க்கை. பால்ய வயதுல கவலையில்லாத சிட்டுக்குருவி மாதிரி பறந்து திரிஞ்ச அந்த வாழ்க்கையை நினைச்சா இன்னைக்கும் மனசுக்குள்ள இனம்புரியாத சந்தோஷம் வருது.

அப்பாவோட 42வது வயசுலதான் நான் பிறந்தேன். நான் வளர, வளர அப்பாவுக்கு என்னைப் பத்தின கவலையும் வளந்துச்சு. நான் என்னோட வேலைகளை சரியாவே செஞ்சாலும், 'பொறுப்பில்லாத பயலா இருக்கான்... இவன் எங்க தேறப்போறான்'ன்பார். அந்த வருத்தமும், திட்டும் என் வாழ்க்கை மேல அவருக்கு இருந்த அக்கறைங்கிறது நான் தனிச்சு நின்னப்போ புரிஞ்சுது.

எஸ்எஸ்எல்சி முடிச்சேன். மேல படிக்கனும்னு ஆசை. ஆனா அப்பாவுக்கு விருப்பமில்லே. 'இனிமே நம்மால ஓடியாடி கடை நடத்த முடியாது. வந்து கடையில உக்காரு'னு சொல்லிட்டார். நான் கடைப் பொறுப்பை ஏத்துக்கிட்டப்போ பதினெட்டு வயசு. அப்போ கடையில ஒரு நாள் விற்பனை 50 ரூபா. கூட ஒரு 10 ரூவா வியாபாரம் நடந்தா மனசுக்கு ரொம்ப மகிழ்ச்சியா இருக்கும்.

அப்பாவுக்கு தான் இருக்கையிலேயே எனக்கு கல்யாணம் பண்ணிப்பாக்க ஆசை. 18 வயசில கல்யாணம் முடிஞ்சிடுச்சு... மனைவி வேலம்மாள். அவங்க குடும்பமும் ஜவுளித் தொழில்ல

தான் இருந்தாங்க. திருமணத்துக்கு அப்புறம் வாழ்க்கையில தேடுதல் அதிகரிச்சுச்சு.

எங்க கடைக்கு வர்றங்க எலலாம் விவசாயிங்க. வருஷம் முழுதும் துணி எடுத்தாலும் அதிகப்பட்சம் 100 ரூபாய்க்குள்ள தான் அவங்க வியாபாரம். ஆனா அவங்க விவசாயத்துக்கு 1000 ரூபாய்க்கு மேல உரம், பூச்சிமருந்து வாங்குவாங்க. நாம ஏன் ஒரு உரக்கடையை ஆரம்பிக்கக் கூடாதுனு தோணுச்சு. கையில போதுமான பணம் இருந்துச்சு. ஜவுளிக்கடைக்குப் பக்கத்தில ஒரு கடை புடிச்சு ஒரு உரக்கடை ஆரம்பிச்சேன். நான் எதிர்பார்த்த மாதிரி நல்லாவே வியாபாரம் ஆச்சு.

நாலைஞ்சு வருஷம் ஓடுச்சு. பக்கத்தில ஒரு கடையை புடிச்சு, ஒரு பைனான்ஸ் கம்பெனி ஆரம்பிச்சேன். இந்த நேரத்திலதான் எமர்ஜென்ஸி வந்துச்சு. எமர்ஜென்ஸி நெருக்கடிக்குப் பிறகு, பைனான்ஸ், உரக்கடை ரெண்டையும் சாத்திட்டு முழு நேரமா ஜவுளித் தொழில்ல இறங்கிட்டேன். சொல்லப்போனா, எமர்ஜென்ஸி தான் என் வாழ்க்கையில திருப்பத்தை கொண்டு வந்தது.

இந்த தருணத்தில அப்பா இறந்துட்டார். அரவணைக்க ஆள் இல்லாம நிராதரவா நின்னேன். அப்பாவோட பேரை காப்பாத்துற மாதிரி தொழில்ல அடுத்தபடி ஏறியாகனும்ங்கிற நிர்ப்பந்தம் வேற. தொழில்ல தீவிர கவனம் செலுத்துனேன். மத்த கடைகள்ல எதெல்லாம் கிடைக்காதோ அதையெல்லாம் தேடிப்புடிச்சு வாங்கி வச்சேன். இழக்கிறதுக்கு எதுவும் இல்லை. ஒரே சிந்தனை. ராவா, பகலா உழைச்சேன். என் மூத்தபிள்ளை ரமேஷ் பி.காம் முடிச்சிட்டு கடைக்கு வந்தான். அதுக்குப் பிறகு நான் நினைச்சுப் பார்க்காத தளத்துக்கு போயிடுச்சு போத்தீஸ்.

நானே பிரமிச்சு நிக்கிற மாதிரி முடிவெடுக்கிற திறமை உள்ளவன் ரமேஷ். அப்பா மாதிரியே தொலைநோக்குப் பார்வை. நிர்வாகம், அணுகுமுறை எல்லாமும் அப்பா மாதிரியே. ஸ்ரீவில்லிபுத்தூர் மேலமாட வீதியில முதல் போத்தீஸ் உதயமாச்சு. அடுத்த 9 வருடம் வேறெந்த இலக்கும் இல்லாம உழைச்சோம். அதுக்குப் பிறகு திருநெல்வேலியில நுழைஞ்சுது போத்தீஸ்.

அப்போ தென்மாவட்டங்கள்ல இருந்து வந்த பலபேரு சென்னையில பேர் சொல்றபடிக்கு வளந்திருந்தாங்க. நாமும் ஏன் சென்னைக்குப் போக கூடாது..? ரமேஷ் தீர்மானமா இருந்தான்.

ஏழெட்டு வருஷம் கடையும், இடமும் பாத்து கடைசியா உஸ்மான் ரோட்டுல மனசுக்குத் திருப்தியா ஒரு இடம் கிடைச்சுச்சு. பத்து வருஷத்தில இந்த கடையை ரமேஷ் எங்கேயோ கொண்டு போயிட்டான். கொஞ்சநாள் முன்னாடி மதுரையில ஒரு கடை திறந்தாச்சு.

என் வாழ்நாள்ல நான் சம்பாதித்த மிகப்பெரிய சொத்துக்கள்னா என் ஆறு பிள்ளைகள் தான். என் அப்பாவுக்கும், எனக்கும் எட்டாத உயரம் அவங்களுக்கு சர்வசாதாரணமா சாத்தியப்படுது. ரமேஷ் நிர்வாகத்தில கெட்டிக்காரன்னா, அடுத்தவன் போத்திராஜ் பர்சேஸ்ல பெரிய ஆள். இன்னைக்கு போதும்னு சொல்ற அளவுக்கு எல்லாம் இருக்கு. ஆனா இன்னமும் தனி மனுஷனா வடமாநிலங்கள்ல கிடந்து வாரத்தில அஞ்சுநாள் துணிகளை பர்சேஸ் பண்ணி அனுப்புறது அவன் தான். மூணாவது பையன் முருகேஷ். மதுரைக் கடையை நிர்வகிக்கிறான். இவனும் கடும் உழைப்பாளி. அஞ்சாவது பையன் மகேஷ் திருநெல்வேலி கடை. கடைசிப்பையன் அசோக்கும் ரமேஷ்க்கு உதவியா சென்னையில இருக்கான்.

நாலாவது பையன் கந்தசாமி, எனக்கு ஜவுளித்தொழிலே வேணாம்னு டாக்டராயிட்டான். அவனை அவன் போக்கிலேயே விட்டுட்டேன். கோவையில ஒரு பெரிய மருத்துவமனையில சிறுநீரக நிபுணரா பிராக்டீஸ் பண்றான். பணத்தை பெரிசா நினைக்காத பெரிய மனசுக்காரன்.

பிள்ளைகள் இப்போ என்னோட பொறுப்பையும், வேலையையும் மொத்தமா குறைச்சுட்டாங்க. கிட்டத்தட்ட ஓய்வு பெற்றாச்சு. பிள்ளைகளோட வளர்ச்சியை தூரத்தில நின்னு மலைச்சுப் போய் பாத்துக்கிட்டு, பேரன் பேத்திகளோட விளையாடிக்கிட்டே ஓய்வை அனுபவிக்கிறேன்.

திட்டமிடுதல், தைரியமா காலெடுத்து வைக்கிறது, நாளைக்கும் சேர்த்து இன்னைக்கு முடிவெடுக்கிறது. இதுதான் போத்தீஸோட வெற்றி ரகசியம். ஜிகினாவை முகத்தில அப்பிக்கிட்டு வாடிக்கையாளரை ஏமாத்தக்கூடாதுங்கிற எங்கப்பாவோட பாலிஸி தான் என் பிள்ளைகளுக்கு நான் போதிச்சிருக்கிற கல்வி.

எல்லா பிள்ளைகளுக்குமே அப்பா தான் ரோல்மாடல். எனக்கு என் அப்பா மாதிரி என் பிள்ளைகளுக்கு நான். சிறு

வயதுல நாம தூவி வைக்கிற விதைகள் தான் காலங்கடந்து விருட்சமா வளர்ந்து நிக்குது. நான் தூவின விதைகள் நல்ல விதைகள்.

இன்னைக்குள்ள இளம் தலைமுறையோட விஸ்வரூபத்தை பாக்கிறப்போ மலைப்பாவும், மகிழ்ச்சியாவும் இருக்கு. வாழ்க்கையில எந்த இடத்தில இருந்தாலும், எளிமையும், உழைப்பும் இருந்தா யாரும் ஜெயிக்க முடியும். இது வெறும் வார்த்தையில்ல. இதில எங்களோட வாழ்க்கையே இருக்கு..!

ராஜேஷ்

நடிகர்

43, சத்யா ஃபிளாட்ஸ்,
வேட்டைக்காரன் தெரு,
புரசைவாக்கம்.

'ஏண்டா, ஊருக்காட்டுலயே கிடந்து கெட்டுப்போறே, சென்னைக்கு வா, ஏதாவது வேலை வாங்கித்தாரேன்'னு ஜெயமணி சித்தி கூப்பிட்டதால 18 வயசுல சென்னைக்கு வந்தேன். கனவையும் கற்பனையையும் மட்டுமே மூலதனமா எடுத்துக்கிட்டு வந்த எனக்கு சென்னையும் உறவுக்காரங்களும் கத்துத்தந்த பாடங்கள்தான் இன்னைக்கு என்னை ஒரு மனுஷனா இங்க வாழ வச்சிருக்கு.

பட்டுக்கோட்டை பக்கத்தில அணைக்காடு சொந்த ஊரு. அப்பா வில்லியம் கல்வித்துறையில கிளார்க். அம்மா லில்லிகிரேஸ் டீச்சர். 3 தம்பி, ஒரு தங்கை. நான்தான் தலைச்சன். எனக்கடுத்து பொறந்த மூணும் ஆணாப் போனதால, எனக்கு பாவாடை, சட்டை போட்டுவிட்டு பொம்பளப்புள்ள மாதிரியே வளர்த்தாங்க அம்மா.

அப்பாவும் அம்மாவும் அரசு ஊழியரானதால எல்லாருக்கும் நாடோடி வாழ்க்கைதான். திண்டுக்கல், வடமதுரை, சின்னமனூர்,

கண்டனூர், அணைக்காடுனு பத்தாவது முடிக்கிறதுக்குள்ள பத்து பள்ளிக்கூடத்தைக் கடந்துட்டேன்.

அப்பா கூடைப்பந்து, கால்பந்தில ஸ்டேட் சாம்பியன். வயலின் வாசிக்கிறது, துப்பாக்கி சுடுறதுனு பலகலை வித்தகர். அம்மா, இயல்பாவே உவமைகளோடவும், உடல் மொழியோடவும் பேசக்கூடியவங்க. வாரியாரோட ரசிகை. தமிழ்வாணன் புத்தகங்கள்னா உயிர். நிறைய வாசிப்பாங்க. எனக்கு வாசிப்பை கத்துத் தந்ததும் கலையார்வத்தை விதைச்சதும் அம்மாதான். ஒண்ணாம் வகுப்பு படிச்சப்பவே, 'நல்லாம்பு'னு ஒரு புத்தகத்தை படிக்கத் தந்தாங்க. சின்னச்சின்னதா ஸ்கிரிப்ட் எழுதி என்னையும் கூடப்படிச்ச ராஜேந்திரனையும் நடிக்கச் சொல்வாங்க. எனக்குப் படிப்பை விட நடிப்பு பிடிச்சுப்போக அம்மா முக்கிய காரணம்.

வாரந்தவறாம சினிமாவுக்கு போவோம். அப்பவே, சிவாஜியும் எம்ஜிஆரும் என் உள்மனசுக்குள்ள ஏறி உக்காந்திட்டாங்க. கட்டபொம்மன், கப்பலோட்டிய தமிழன், மனோகரா, பராசக்தி வசனத்தையெல்லாம் வரி மாறாம பேசி நடிப்பேன். அம்மாவும் அப்பாவும் ரசிப்பாங்க.

அஞ்சாம் வகுப்புலயே, வீட்டுக்குத் தெரியாம சினிமா பாக்குற அளவுக்கு முன்னேறிட்டேன். அப்பா, அம்மாவுக்கு பயம் வந்திருச்சு. இனிமே இங்கேயிருந்தா சரியா வரமாட்டானு, மேலநத்தத்தில தாத்தா வீட்டுல கொண்டு போய் விட்டாங்க.

தாத்தா துரைக்கண்ணு கணக்குப்பிள்ளை. என் அறிவுக்கெட்டுற மாதிரி வாழ்க்கைக்குத் தேவையான பல விஷயங்களை கத்துக்கொடுத்தது அவர்தான்.

9-ம் வகுப்புக்கு கண்டனூர் போயிட்டேன். டைரக்டர் மகேந்திரன் என் அத்தை மகன். அவரு வீட்டில தங்கி படிச்சேன். அங்கிருந்தே, அழகப்பா யுனிவர்சிடியில பியூசி சேந்தேன். பல சூழ்நிலைகளால தொடர்ந்து படிக்க முடியல. பாதியிலயே விட்டுட்டு அணைக்காடு வந்துட்டேன்.

வீட்டில நிலைமை சரியில்லை. அப்பா ரிடையர் ஆயிட்டார். அடிதடி, பஞ்சாயத்துனு சுத்துற ஆட்களோட சேர்ந்து வஸ்தாது பண்ணிக்கிட்டு திரிஞ்சேன். அப்போதான் ஜெயமணி சித்தி சென்னைக்கு அழைச்சாங்க.

சென்னைக்கு வந்து நாலைஞ்சு நாள் சும்மாவே இருந்தேன். தொடர்ந்து சித்தி வீட்டில இருக்க முடியல. பக்கத்தில இருந்த

சித்தப்பா வீட்டுக்குப் போனேன். அங்கிருந்து மகேந்திரன் வீட்டுக்குப் போனேன். பத்து, பதினைஞ்சு நாள் இப்படியே ஓடுச்சு. வெறுங்கையோட ஊருக்குப் போகவும் பிடிக்கல. சிந்தாதிரிப்பேட்டையில ஒரு மாமா இருந்தார். அவரு வீட்டுக்குப்போய், புள்ளைய ஸ்கூல்ல விடுறது, காய்கறி வாங்குறது, தண்ணி புடிக்கிறதுனு எல்லா வேலையும் செஞ்சேன். இடையில, வேலையும் தேடுனேன்.

அந்தச் சமயத்திலதான் எஸ்தர் சித்தி, 'எக்மோர்ல இருந்த இடைநிலை ஆசிரியர் பயிற்சிப் பள்ளியில சேர்ந்து டிரையினிங் முடிச்சா, வாத்தியார் வேலை கிடைக்கும்'னு சொன்னாங்க. அவங்ககிட்டயே 850 ரூவா கடன் வாங்கி டீச்சர் டிரெயினிங்ல சேர்ந்தேன். ஜெயமணி சித்திக்கு மாதம் 45 ரூபா சாப்பாட்டுக்கு குடுத்துட்டு அவங்க வீட்டிலயே தங்குனேன்.

டிரைனிங் முடிஞ்சுது. வேலை தேடணும். இதுதாங்க என் வாழ்க்கையில ரொம்ப கொடுமையான காலம். யாரு வீட்டிலயும் போய் தங்கமுடியல. ஆயிரம் உறவுக்காரங்க இருந்தும் ஒரு வேளை சோறு போட ஆளில்லை. திரும்பவும் அணைக்காடு போயிட்டேன். தாத்தா, கணக்கு எழுதக் கத்துத்தந்தார். வயகாட்டு வேலைகளையும் பாத்துக்கிட்டேன்.

இந்த நேரம், 'செயின்ட் பால்ஸ் ஸ்கூல்ல லீவ் வேகன்ஸி வேலை இருக்கு. உடனே வாடா'னு மார்ட்டின் மாமா கூப்புட்டாரு. திரும்பவும் சென்னைக்கு வந்து வேலையில சேர்ந்தேன். 4 மாசத்தில திருவல்லிக்கேணி கெல்லட் ஐஸ்கூல்ல வேலை கிடைச்சுச்சு. நிரந்தர வேலை. 210 ரூபா சம்பளம். முதல் சம்பளம் வாங்கி எஸ்தர் சித்திக்கிட்ட வாங்கின கடனை அடைச்சேன். அம்மாவும் ரிட்டையர் ஆகிட்டதால குடும்பத்தை இங்கே அழைச்சுக்கிட்டேன்.

சினிமா ஆசை திரும்பவும் வந்திடுச்சு. மூணரை மணிக்கு ஸ்கூல் விடும். அஞ்சு மணிக்கு ஏவிஎம் ஸ்டூடியோ போயிருவேன். போற இடமெல்லாம் சிவாஜி மாதிரி, எம்ஜிஆர் மாதிரி நடிச்சுக் காமிப்பேன். 'சூப்பரா நடிக்கிறே'னு கைகுலுக்கிட்டு, 'போ போன் பன்றோம்'னு சொல்லி அனுப்பிடுவாங்க.

'16 வயதினிலே' வந்த நேரம். கையில நாலைஞ்சு போட்டோக்களை எடுத்துக்கிட்டு ராஜ்கண்ணு சார் ஆபீசுக்குப் போய், வாய்ப்புக் குடுங்கனு நின்னேன். போட்டோக்களை வாங்கிகிட்டு, 'பாரதிராஜாக்கிட்ட சொல்றேன்யா'னு சொல்லி அனுப்பிட்டார்.

'கிழக்கே போகும் ரயில்' படத்துக்கு கதாநாயகன் தேர்வு நடக்குது. நானும் சுதாகரும் ஃபைனலுக்கு வந்தோம். 'இவர் பாக்க சிவாஜி மாதிரி இருக்கார், நமக்கு யங் ஃபேஸ் வேணும்'னு சொல்லி சுதாகரை செலக்ட் பண்ணிட்டார் பாரதிராஜா.

அடுத்து, 'கன்னிப்பருவத்திலே' எடுத்த நேரத்தில மறக்காம என்னை அழைச்சார் ராஜ்கண்ணு சார். பாக்யராஜும் நானும் நடிக்கிறதா முடிவாச்சு. அடுத்த வாரம் சூட்டிங். திடீர்னு, ஏதோ காரணத்தால ஒரு வருஷம் தள்ளி வச்சிட்டாங்க. மனசு உடைஞ்சு போச்சு. பனகல் பார்க்ல உக்காந்து மூணு மணிநேரம் அழுதேன்.

அதுக்குப் பிறகு முழுமூச்சா இறங்குனேன். ஒரு டைரக்டர், தயாரிப்பாளர் விடல. எல்லார்கிட்டயும் போய் வாய்ப்புக் கேட்டேன். யாரும் ஏறெடுத்துப் பாக்கல.

ஒரு வருஷம் கழிச்சு, திரும்பவும் 'கன்னிப்பருவத்திலே' படத்துக்கு கதாநாயகன் தேர்வு நடக்குது. எனக்குப் போட்டியா கோயமுத்தூர்ல இருந்து ஒரு பையன் சிவப்பா, உயரமா வந்திருக்கார். அவருதான் கதாநாயகன்ங்கிற நிலைமை. திடீர்னு அந்த பையனுக்கு அசோக் லைலேண்ட்ல வேலை கிடைக்க, 'சினிமா வேண்டாம்'னுட்டு போயிட்டார். அதிர்ஷ்டவசமா எனக்கு வாய்ப்புக் கிடைச்சது. ஸ்கூலுக்கு 2 வருஷம் லீவு எழுதிக் குடுத்துட்டு சூட்டிங் கிளம்ப தயாராயிட்டேன்.

இந்த நேரத்தில நடந்துச்சு பாருங்க ஒரு சம்பவம். கெட்ட குடியே கெடுங்கிற மாதிரி!

படத்தோட ஸ்கிரிப்டை காணும். எல்லா இடத்திலயும் தேடியாச்சு. கிடைக்கல. இந்த வாய்ப்பும் பறிபோயிரும் போலருக்கேடா சாமினு தவிச்சு நிக்கிறேன். பாக்யராஜ் சார், பதற்றமே இல்லாம 3 மணி நேரத்தில முழு ஸ்கிரிப்டையும் மனப்பாடமா சொன்னார். யூனிட்டே மிரண்டுபோச்சு. தடங்கல் இல்லாம சூட்டிங் ஸ்டார்ட் ஆயிடுச்சு. 1979 செப்டம்பர் 21 அன்னைக்கு படம் ரிலீஸ்.

அதுக்குப்பின்னால, 'ஒருத்தி மட்டும் கரையினிலே', 'மயில்', 'மெட்டி'னு ஓரளவுக்கு படங்கள் வந்தாலும், எதுவும் என்னை சரியா நிலைநிறுத்தல. 'அந்த ஏழு நாட்கள்'தான் எனக்கு முகவரி குடுத்துச்சு. அதுக்குப்பிறகு, 'அச்சமில்லை அச்சமில்லை', 'ஆலயதீபம்', 'சிறை' - மூணு படமும் 100 நாள் ஓடுச்சு.

கால ஓட்டத்தில புதுசு, புதுசா கலைஞர்கள், படைப்பாளிகள் வரத் தொடங்கினாங்க. டபுள் ஹீரோ, அப்பா, அண்ணன்னு என் இருப்பு சூழலுக்கு தகுந்த மாதிரி மாறத் தொடங்குச்சு. 93-ல ரியல் எஸ்டேட் ஆரம்பிச்சேன். ஹோட்டல் தொடங்கினேன். கன்ஸ்ட்ரக்‌ஷன் நடத்துனேன். தேடிவந்த வாய்ப்புகளையும் தவிர்க்காம நடிச்சேன். ஏத்தமும் இறக்கமுமா வாழ்க்கை ஓடுச்சு.

மனைவியோட ஆறுதலும் அரவணைப்பும்தான் ஒரு மனுஷனுக்கு சொர்க்கம். நிறைவான இல்லற வாழ்க்கையே கொடுப்பினைதான். எனக்கு அந்தக்கொடுப்பினை கிடைச்சுது. பட்டுக்கோட்டை டேவிட் மாமாவோட பேத்தியை கட்டிக்கிட்டேன். பேரு ஜோன்ஸ் சில்வியா. பிஎஸ்சி படிச்சவ. பொண்ணு திவ்யா எம்எஸ்சி முடிச்சிட்டா. பையன் திலீப் பிஎஸ்சி படிச்சிருக்கான். என்னை மாதிரியே அவனுக்கும் சினிமாக் காதல். சீக்கிரமே அவனை திரையில பாக்கலாம்.

இப்போ நாலைஞ்சு படங்கள் போய்க்கிட்டிருக்கு. சினிமா பத்தி நாலைஞ்சு புத்தகங்கள் எழுதியிருக்கேன். ஜோதிடம் பத்தி ஒரு ஆய்வுநூல் வரப்போகுது. சினிமா இயக்கணும் தயாரிக்கணும்கிற கனவு உள்ளே உறுத்திக்கிட்டே இருக்கு. அந்த கனவுகளும் நிறைவேறினா அணைக்காட்டில இருந்து சென்னைக்கு வந்து சிரமப்பட்டத்தில ஒரு அர்த்தம் இருக்கும்!

சமுத்திரக்கனி

இயக்குநர்

பி2 போலீஸ்டேஷன்,
மௌண்ட் ரோடு,
அண்ணா சாலை.

15 வயசு. எல்ஐசியில இறங்கி சென்னையை பிரமிப்பா பாக்குறேன். பசிவேற வயித்தைக் கிள்ளுது. ரோட்டாரமா ஒரு பாட்டி இட்லி சுட்டு விக்கிது. 5 இட்லியை வாங்கி தின்னுட்டு, ஒரு பேப்பரை வாங்கிட்டு நடக்கிறேன். மணி 10. ஜி.என்செட்டி ரோட்டுத் தரைப்பாலத்தில நாலைஞ்சுபேர் வரிசையா படுத்திருக்காங்க. பக்கத்திலயே, பேப்பரை விரிச்சு, டைரியை தலைக்கு வச்சுக்கிட்டு படுத்திட்டேன்.

பன்னெண்டு மணி இருக்கும். லத்தியை வச்சு தட்டுறார் போலீஸ்காரர். பயத்தில ரத்தம் சுண்டிப்போச்சு. பாக்கெட்ல இருக்க 100 ரூபாயை புடுங்கிக்குவாரோங்கிற பயம்வேற.

யார்றா நீனு கேட்டார். ‘சினிமாவில நடிக்கிறதுக்காக வந்துருக்கேன். விடிஞ்சதும், டி.ராஜேந்தர் சாரையும், பாக்யராஜ் சாரையும் பாக்கப்போறே’னு சொல்றேன். ஒரு மாதிரி பாத்தார். ‘இதெல்லாம் ஜல்லிப்பயலுக புழங்குற இடமுடா, இங்கல்லாம் படுக்கக்கூடாதுனு சொல்லி நேரா போலீஸ் ஸ்டேஷனுக்கு கூட்டிபோய், வரண்டாவில ஒரு துண்டை விரிச்சுத்தந்து படுத்துக்கச் சொன்னார்.

அந்த சம்பவத்தை இப்போ நினைச்சாலும் அந்த போலீஸ்காரரை கையெடுத்துக் கும்பிடத்தோணும்.

விருதுநகர் பக்கத்தில சேத்தூர்தான் எனக்கு சொந்த ஊர். முப்போகம் விவசாயம் நடக்கிற காடுங்க. அப்பா பேரு பிள்ளையார். குருவம்மா, கமலம்மானு அக்கா, தங்கச்சிங்க ரெண்டு பேரையும் கட்டிக்கிட்டார். நானும், மகேஸ்வரியும் ரெண்டாந்தாரம் கமலாம்மா பிள்ளைங்க. பெரியம்மாவுக்கு 1 பையன், 2 பொண்ணுங்க.

7 ஏக்கர் நிலம் இருந்தது. நாலு தெருவை மறிச்சுக் கட்டின பெரிய வீடு. பள்ளிக்கூடம், வீடு, வீடு விட்டாக் காடு. இதுதான் எங்க வாழ்க்கை.

அம்மா பயங்கர உழைப்பாளி. காட்டுல வெறகொடிச்சு தலைநிறைய கட்டிக்கிட்டு, என்னையும் தூக்கி கக்கத்தில வச்சுக்கிட்டு 8 கிலோமீட்டர் நங்கு, நங்குனு நடந்து வரும். உழைப்பு, களைப்புனு வாழ்க்கை ஒரு வட்டத்தைச் சுத்தியே நடந்ததால பொழுதுபோக்குனு சொல்லிக்க, டீக்கடை, ஆலமர பஞ்சாயத்து தவிர வேறொன்னும் எங்க ஊர்ல இல்லை. சினிமாவுக்கு போறதுங்கிறது தீபாவளி, பொங்கல் மாதிரி ஒரு திருவிழா.

பள்ளிக்கூடம், வீடு, வீடு விட்டாக்காடு. இதுதான் என்னோட சின்னவயசு வாழ்க்கை. வீட்டில அரிக்கேன் விளக்கு தான். அதிலயும் படிக்கிற சூழ்நிலை இருக்காது. ராத்திரியானா படிக்க பள்ளிக்கூடத்துக்கு போயிடுவோம். ஒருமுறை, 'படிக்கப்போறேன்'னு சொல்லிட்டு தளவாய்புரம் கிருஷ்ணா தியேட்டர்ல போய் அலைகள் ஓய்வதில்லை படம் பார்த்தேன். அன்னைக்குப் புடிச்ச பைத்தியம் தான்.

'எப்பிடியும் சினிமாவில சேந்திடணும்..!'

ஆங்கில வகுப்புன்னாவே எனக்கு அலர்ஜி. வழக்கமா, தூங்கிடுவேன். அதுவும் தினகரன் சார் பாடம் நடத்துற விதமே தாலாட்டுப்பாடுற மாதிரி இருக்கும். 'அலைகள் ஓய்வதில்லை' பார்த்த பிறகு, தூங்குறதை விட்டு கதைகள் எழுத ஆரம்பிச்சேன். ஒரு நாள் பேனாவும், பேப்பருமா புடிச்சிட்டார் கதிரவன் சார். 'என்னடா எழுதியிருக்கே'னு அவர் கேட்க, பக்கத்தில உக்காந்திருந்த முந்திரிக்கொட்டை பையன், 'குரங்கு சைக்கிள் ஓட்டின கதை எழுதியிருக்கான் சார்'னு உசுப்பேத்தி

விட்டுட்டான். 'எழுந்து படிடா'ன்னார். படிச்சு முடிச்சதும், எல்லோரையும் கைதட்டச் சொன்ன தினகரன் சார், 'நல்லா முயற்சி பண்ணியிருக்கே... நிறைய எழுது, சிறப்பா வருவே'னு சொன்னார். அந்த வார்த்தைகள், எனக்குள்ள இருந்த சினிமா ஆசையை பெரிசாக்கிடுச்சு.

கிட்டத்தட்ட சினிமா பைத்தியமாவே ஆகிட்டேன். தினமும் சினிமா. சில நாட்கள் 3 ஷோவும் பார்ப்பேன். அரிசிப்பானை, சேலை முந்தானைனு அம்மா சேர்த்து வச்சிருக்க சில்லறைகளை திருடுவேன். காசே கிடைக்கலையா, சேத்தூர் காளீஸ்வரி தியேட்டர் பக்கத்தில நெல்லுப்பாறையில படுத்துக்கிட்டு கதை வசனம் கேப்பேன்.

சினிமா எக்ஸ்பிரஸ் இதழ் கடைசிப்பக்கத்தில நடிகர்கள் முகவரி போடுவாங்க. அதையெல்லாம் கிழிச்சு ஒரு டைரியில ஒட்டி வைச்சுகிட்டு, 'சினிமாவில சேத்துக்குங்க'னு எல்லாருக்கும் லெட்டர் எழுதுவேன். ஆனா பதில் வராது. கடைசியா நடிகர் பொன்வண்ணனுக்கு ஒரு லெட்டர் போட்டேன். 'வாழ்க்கையே வெறுத்து வருது. நீங்களாவது என்னை சினிமாவில சேர்த்துவிடுங்க'னு நான் போட்ட லெட்டருக்கு 10 நாள்ல பதில் எழுதினார். '15 வயசில ஏன் இவ்வளவு விரக்தி. படிப்பை முடிச்சிட்டு சென்னைக்கு வா. நிறைய வாய்ப்புக்கிடைக்கும்'னு அவர் எழுதிய பதில் பெரிய நம்பிக்கையை தந்துச்சு.

டி.ஆர் சார், பாக்யராஜ் சார், பொன்வண்ணன் மூணு பேரையும் பார்த்து வாய்ப்பு கேட்கணும். 10ம் வகுப்பு எக்ஸாம் முடிஞ்சுது. அப்பாவோட பாக்கெட்ல இருந்த 135 ரூபாய், அட்ரஸ் ஒட்டின டைரி, போட்டிருந்த டிரௌசர், சட்டையோட சென்னைக்கு பஸ் ஏறிட்டேன்.

பஸ்ல கண்டக்டர் சென்னையில எங்கே போகனுங்கிறார். எனக்கு என்ன தெரியும்? 'தாம்பரமா, பல்லாவரமா, வடபழனியா, எல்ஐசியானு அவர் கேட்க, எல்ஐசி மட்டும் கொஞ்சம் பரிச்சயமா இருந்தது. அதுக்கே கொடுங்கனு சொல்லி டிக்கெட் வாங்கிட்டேன்.

எல்ஐசியில இறங்கி அண்ணாசாலை போலீஸ் ஸ்டேஷனுக்கு போன கதையை முதல்பாராவிலயே சொல்லிட்டேன்.

காலையில என்னை எழுப்பின அந்த போலீஸ்காரர், லாக்கப் ரூமுக்குள்ளேயே பாத்ரூம் போகச்சொல்லி, ஒரு

டீயையும் வாங்கிக்கொடுத்து, 'பஸ்சுக்கு காசு தர்றேன் ஊருக்கு போறியாடா...'னு கேட்டார். 'இல்லைசார், சினிமாவில நடிச்சிட்டுத்தான் போவேன்'னு உறுதியா சொன்னேன். 17ம் நம்பர் பஸ்ல ஏத்தி தி.நகருக்கு அனுப்பி வச்சார்.

இந்தி பிரசார சபா தெருவில இறங்கி டி.ஆர்.சார் வீட்டுக்குப் போனேன். என்னை ஏற, இறங்கப் பாத்த செக்யூரிட்டி, 'சாரையெல்லாம் பாக்க முடியாது. இடத்தை காலி பண்ணு'ன்னு விரட்டுனார். கொஞ்ச நேரம் அங்கேயே நின்னு, பீடி, டீனு அவருக்கு வாங்கித்தந்து தாஜா பண்ணுனேன். மதியம் வரைக்கும் அங்கேயே சுத்தி வந்த என்னை அழைச்சு, 'தம்பி, நீ நினைக்கிற மாதிரி இல்லைப்பா, யாரும் உன்னைப்பாக்க மாட்டாங்க. போயி நல்லா படிச்சு வேற பொழைப்பைப் பாரு'னு புத்தி சொன்னார். சரி, டி.ஆர் இல்லைன்னா பாக்யராஜ் சார்னு சொல்லிட்டு நேரா, சரவணன் தெருவுக்கு வழிகேட்டு நடந்தேன்.

பாக்யராஜ் சார் வீட்டு செக்யூரிட்டியும் பக்கத்தில சேக்கல. அவருக்கும் டீ, பீடிக்கட்டு வாங்கிக்கொடுத்து பிரண்ட்ஸாக்கி அவர் கூடவே ராத்திரி பூரா தங்கியிருந்தேன். மறுநாள், 'ஏவிஎம் ஸ்டூடியோவுக்கு போ. அங்கே நிறைய சினிமாக்காரங்க இருப்பாங்க'னு வழி காமிச்சார் செக்யூரிட்டி.

ஏவிஎம் ஸ்டூடியோவில உள்ளேயே விடல. 20 ரூபா கொடுத்தா உள்ளே கொண்டு போய் விடுவேனு ஒருத்தர் சொல்ல, நம்பி பணம் குடுத்தேன். ரெண்டாவது கேட்ல விட்டுட்டு ஓடிட்டார். திருதிருனு முழிச்சுக்கிடடு நின்ன என்னை அடிக்காத குறையா வெளியே துரத்தினார் அங்க உள்ள செக்யூரிட்டி.

அழுகையும், பயமும் போட்டி போடுது. ஊருக்கே போயிடலானு முடிவு செஞ்சப்போ கையில இருந்தகாசு வெறும் 10ரூபா. ரயில்ல தாம்பரம் வரைக்கும் வித்அவுட்ல வந்தேன். விழுப்புரம் போற பஸ் ரெடியா நின்னுச்சு. டிக்கெட் 9.80 விழுப்புரத்தில இறங்கும்போது கையில இருந்தது 20 பைசா. விருதுநகர் போக இன்னும் 25 ரூபா வேணும். பஸ்ஸ்டாண்ட் பக்கத்தில இருந்த எஸ்.எல்.என் ஹோட்டலுக்குப் போய், நிலைமையைச் சொல்லி வேலை கேட்டேன். இலை போட்டு, தண்ணி வைக்கிற வேலை தந்தாங்க.

5 நாள் வேலை பார்த்து 25 ரூபாயை கையில வாங்கிட்டு சேத்தூர்ல போயி இறங்கினப்போ மணி ராத்திரி 12.00. வீடே சாவு வீடு மாதிரி கிடக்கு. அழுது, அழுது அம்மா முகம்

வீங்கிப்போச்சு. அப்பா, ஒரு வார்த்தை கூட பேசல. ஆனா கோபமும், வருத்தமும் முகத்தில தெரிஞ்சது.

இது நடந்து 10ம்நாள் அப்பா மாரடைப்பில இறந்துட்டார். அவரோட மரணத்துக்குப் பிறகு, குடும்பம் சிதறிப்போச்சு. அம்மா, நான், தங்கை மூணு பேரும் தனியா வந்துட்டோம். அம்மா விறகுக்குப் போயி எங்களுக்குச் சோறு போட்டாங்க. ஆனா, இது எல்லாத்தையும் தாண்டி, எனக்குள்ள சினிமாதான் தகிச்சுக்கிட்டு இருந்துது.

பிளஸ் 1 கோடை விடுமுறை. திரும்பவும் சென்னைக்குப் போறேனு அடம்பிடிக்கிறேன். 150 ரூபாயை கையில கொடுத்த அம்மா, ஒரே ஒரு கண்டிஷன் போட்டாங்க. 'இந்த 150 ரூபா, 25 ரூபாய் ஆகும்போது ஊருக்கு வந்திடனும்...'

சினிமா அப்பவும் என்னை ஏத்துக்கல. பிளஸ்டூ கோடை விடுமுறை, கல்லூரி செமஸ்டர் லீவ்னு கஜினி முகமது மாதிரி சென்னை வர்றதும், போறதுமா இருந்தேன். ஒண்ணும் நடக்கல. படிப்பு முடிஞ்சதும், சினிமாவை ஒரு கை பார்த்துட்டுத் தான் ஊருக்குத் திரும்பணும்ங்கிற உறுதியோட சென்னைக்கு வந்தேன்.

ஊர்க்காரங்க சில பேரு மாம்பலத்தில அறை எடுத்து தங்கியிருந்தாங்க. அவங்க கூட தங்கினேன். விதவிதமான போட்டோ, பயோடேட்டாவோட கம்பெனி, கம்பெனியா அலையுறேன்.

சுந்தர்.கே.விஜயன் சார், ' உன் கையெழுத்து நல்லாயிருக்குய்யா'ன்னு சொல்லி அசிஸ்டெண்டா சேத்துக்கிட்டார். உள்ளுக்குள்ள இருந்த நடிகனை குழுதோண்டி புதைச்சிட்டு முழுமையா விஜயன் சார்கிட்ட சரணடைஞ்சேன்.

சினிமாவுக்குள்ள நுழைஞ்சாச்சு. ஆனா ரூமுக்கு என்பங்கு வாடகை 75ரூவா குடுக்க வழியில்லை.

உதவி இயக்குனரெல்லாம் சேர்ந்து அப்போ சமையல் வேலைக்கு போவாங்க. அவங்ககூட போயி, கல்யாண மண்டபங்கள்ல காய்கறி வெட்டுறது, அண்டா உருட்டுறதுனு கிடைச்ச வேலையை செஞ்சேன். கிடைச்ச பணத்தில ரூமுக்கு வாடகை கொடுத்துட்டு, சட்டக்கல்லூரியில பி.எல் சேர்ந்தேன்.

சூட்டிங் நடக்கிற நேரங்கள்ல, பாலசந்தர் சார் ஸ்பாட்டுக்கு வருவார். என்னோட துறுதுறுப்பைக் கவனிச்ச அவர், 'காதல் வாங்கி வந்தேன்' டெலிபிலிமுக்கு என்னை கூப்பிட்டார்.

விஜயன் சாருக்குப் பாதகமில்லாம, கே.பி சாருக்கும் வேலை செஞ்சேன். கல்கி, பார்த்தாலே பரவசம் படங்கள்லயும் வேலை செய்யிற வாய்ப்புக் கிடைச்சுது.

'ஊஞ்சல்' சீரியல்ல வேலை செஞ்சப்போ, சரணும், வெங்கட்பிரபுவும் அறிமுகமானாங்க. 'என் தயாரிப்பில ஒரு படம் இயக்குறியா'ன்னார் சரண். சரினு சொல்லி கதை ரெடி பண்ணினேன். ஒரு பெரிய ஹீரோக்கிட்ட கதை சொன்னேன். ஒத்துக்கிட்டார். ஏ.ஆர்.ரஹ்மான் மியூசிக். வேலைகள் தீவிரமா நடந்த நேரத்தில, கதையை கொஞ்சம் மாத்துங்கன்னார் ஹீரோ. எனக்கு சுளீர்னு கோபம் வந்திடுச்சு. 'இதுதான் சார் கதை. நீங்க நடிச்சா நடிங்க, இல்லைன்னா நான் என் வேலையைப் பாக்கப்போறேன்'னு கிளம்பிட்டேன். முதல்ல கிடைச்ச அற்புதமான வாய்ப்பு. அரைமணி நேரத்தில அம்பேல் ஆயிடுச்சு.

மனசு ஒடிஞ்சு உக்காந்த நேரத்தில, கே.பி.சாரோட பையன் கைசாலம் மைக்ரோ தொடர், மேக்ரோ சிந்தனைகள்னு 6 கதைகளை படமாக்கச் சொன்னார். அதை முடிச்சிட்டு கே.பி சாருக்கு உதவியாளரா சில சீரியல்கள்ல வேலை செஞ்சேன். திரும்பவும் சரண் வந்து ஏதாவது செய்யலாம்னார். 'நீயும், வெங்கட்டும் நடிக்கிறதா இருந்தா படம் பண்றேன், வேறு யார்கிட்டயும் கதை சொல்ல மாட்டேன்'னு சொல்ல, ஒத்துக்கிட்டார். 'உன்னை சரணடைந்தேன்' வந்தது. என்னளவுக்கு திருப்தியான படம். மாநில விருதெல்லாம் கூட கிடைச்சுது. ஆனா பெரிய வியாபாரம் இல்லை.

அடுத்து நாடோடிகள் கதையைத் தூக்கிட்டு அலையுறேன். யாரும் ஒத்துக்கல. அந்த நேரத்தில ஞானவேல் சார் நிறைஞ்சமனசு படத்தை இயக்கக் கூப்பிட்டார். அதுவும் நல்ல கதையம்சம் உள்ள படம். ஆனால் ஓடல.

தோல்வியை ஜீரணிக்க முடியல. படுத்தா தூக்கம் வராது. எழுந்து நின்னு ஏதாவது பேசிக்கிட்டிருப்பேன். கிட்டத்தட்ட மூளையே டிஸ்ட்ரப் ஆயிட்ட மாதிரி. 'அமீர் அண்ணன்கூட கொஞ்சநாள் வேலை செய்யுங்களேன்'னு என் மனைவி ஜெயலெட்சுமி சொன்னா, நேரா அமீர் அண்ணன்கிட்ட போய் நின்னேன். பருத்திவீரன்ல கோ-டைரக்டரானேன். அங்கதான் சசிக்குமார் நண்பனானார்.

ஒருநாள், 'நான் படம் பண்றேன். நீங்க நடிக்கிறீங்க'ன்னார் சசி. 'சுப்பிரமணியபுரம்' முகாம்ல நான், சசி, எஸ்.ஆர்.கதிர் மூணு பேரும் இணைஞ்சோம்.

சுப்பிரமணியபுரத்தில நடிக்கும்போதே நாடோடிகள் கதையை திரும்பவும் தூசிதட்டி எடுத்துக்கிட்டு அலைஞ்சேன். கிட்டத்தட்ட 60 பேருக்கிட்ட சொல்லி நிராகரிக்கப்பட்ட கதையை மைக்கேல் ராயப்பன் சார் தயாரிக்க முன்வந்தார்.

கிட்டத்தட்ட 20 வருடங்களை போராட்டத்திலயே கடந்திருக்கேன். இன்னைக்கு கிடைச்சிருக்கிற வெற்றி, என் கனவுகள்ல ஒருதுளி தான். கொஞ்சமும் தொய்வில்லாம அடுத்து வேலையில இறங்கிட்டேன். இப்போ புறக்கணிச்ச திசைகள்ல இருந்தெல்லாம் வாய்ப்பும், பாராட்டும் குவியுது. எதையும் மண்டையில ஏத்திக்காம நிதானமா நகர்றேன். நான் கொடுத்த விலைக்கு இன்னும் நிறைய செய்ய வேண்டியிருக்கு..!

சரவணன்
நடிகர்

டிரான்ஸ்பார்மர் மேடை,
நுங்கம்பாக்கம் மேம்பாலம்,
நுங்கம்பாக்கம்,
சென்னை.

நியாயமாப் பாத்தா இது தான் எனக்கு சென்னையில் முதல் முகவரி.

பிளஸ்டூ கோடை விடுமுறை. தில்லையும், நானும் வீட்டுக்குத் தெரியாம சேலத்தில இருந்து சென்னைக்கு ரயிலேறிட்டோம். டிரெயின்ல டிக்கெட் எடுக்கல. ஜோலார்பேட்டை ஸ்டேஷன்ல சட்டையை பிடிச்சு கீழே இறக்கிட்டார் டி.டி.ஆர். அவர் கால்ல விழுந்து கதறி, அடுத்த ரயில்ல சென்ட்ரல்ல வந்து இறங்கினப்போ மணி ராத்திரி 9.30.

தில்லையோட அண்ணன் சீறை.கே.பாலன் 'பாசமடல்'னு ஒரு படம் எடுக்கப்போறதா விளம்பரம் கொடுத்திருந்தார். அவர்கிட்ட என்னை சேத்து விடத்தான் தில்லை அழைச்சிட்டு வர்றான்.

நுங்கம்பாக்கம் 3வது தெருவில இருந்த அவரை பார்த்து, 'இந்த பய, சினிமா, சினிமானு ஊர்ல சுத்திட்டு திரியுறான், நீ உதவிக்கு வச்சுக்க...'னான் தில்லை. அவர், 'உனக்கு என்னடா

தெரியும்'னார். 'கவிதை எழுதுவேன், நடிப்பேன். சண்டை போடுவே'னு சொன்னேன். 'சரி, ஒரு பாட்டு எழுதிக்கிட்டு வா'னு சொன்னார்.

நேரா நுங்கம்பாக்கம் பாலத்தில ஏறி டிரான்ஸ்பார்மருக்கு கீழே உக்காந்து எழுதினேன். முடிச்ச போது விடிஞ்சிருந்துது.

பல்லவியை பாடுடான்னார் பாலன்.

'பட்டிக்காட்டு பக்கம் வந்த காத்து

நீ பட்டணத்து பக்கம் போயி பாத்து

கெட்டுப்போயி வந்து நிக்கிறே

நீ எங்களைக் கெட்டுப்போக வைக்கப் பாக்குறே...'னு பாட, நாளைக்கு பூஜை. இந்த பாட்டு தான் முதல்ல ரெக்கார்டு ஆகுது. நீ தான் படத்துக்கு உதவி இயக்குனர்னு சொல்லி கட்டிப் புடிச்சிக்கிட்டார்.

விடிஞ்சுது. பூஜைக்கான முகாந்திரமே தெரியல. விசாரிச்சா, 'புரட்யூசர் ஓடிட்டார். படம் டிராப். டைரக்டர் துறைமுகத்துக்கு வேலைக்கு போயிட்டார்'ங்கிறாங்க. வழிஞ்ச கண்ணீரை தொடச்சிக்கிட்டு சேலத்துக்கு ரயிலேறிட்டேன். இந்த கலைப் பயணத்துக்காக எனக்கு கிடைச்ச பரிசு, எங்க அப்பாவோட லாடம் கட்டின பூட்ஸ் கால் உதை. இன்னும் என் உடம்பில தழும்பு இருக்கு.

அப்பா போலீஸ்காரரர். திருச்சிக்கு பக்கத்தில ஒரு சின்ன கிராமம். அம்மா நர்ஸ். அப்பாவோட வேலை காரணமா சேலத்தில செட்டிலாகிட்டோம். 5 அண்ணன் தம்பிகள்ல, எங்க அப்பா மொழியில சொல்லனும்னா, 'கெட்டழிஞ்சு போனவன்' நான் ஒருத்தன் தான். போலீஸ் காலனி கிணறுக்கு தண்ணி எடுக்க வர்ற பொம்பளங்க, ராமசாமி போலீஸ், துளசி ரைட்டர் மாதிரியெல்லாம் நடிச்சு காமிக்க செல்வாங்க. அந்த 10 வயசிலயே சினிமா ஆசை துளிர் விட்டாச்சு.

9, 10 வகுப்புகள்ல நாடகம் எழுதி நடிக்கிற அளவுக்கு ஆளாயிட்டேன். கூடவே கவிதை. 11ஆம் வகுப்பில 'தாய்' இதழ்ல என்னோட முதல் கவிதை வந்தது.

'இன்று மழை வருமா வராதா

என்று அவளிடம் தான் கேட்பேன்...

ஏனென்றால் மழையைப் பற்றி

மயிலுக்குத் தானே தெரியும்..!'

பள்ளிக்கூடமே பாராட்டினப்போ அப்பா மட்டும் பெல்ட்டால அடிச்சார். என்னை ஐபிஎஸ் ஆக்கனும்ங்கிறது அவரோட கனவு. ஆனா என் மனசுக்குள்ள கூடு கட்டி நின்னது சினிமாவும், நடிப்பும் தான். நெடுநெடுனு அட்டக்கருப்பா, ஒல்லியா இருந்த நான் சினிமாவுக்கு போறேனு சொன்னப்போ நிறைய பேர் பரிகாசம் பண்ணினாங்க. குறிப்பா அப்பாவும்.

பிளஸ் டூ படிக்கும் போது அப்பா எஸ்.ஐ ஆயிட்டார். அந்த திமிரோ என்னவோ எனக்குள்ள மூர்க்கம் புகுந்திருச்சு. வாத்தியாரை அடிக்கிறது, ஊர் வம்பு இழுக்கிறதுனு கொஞ்சம் ஓவராவே போயிட்டேன். பார்டர் மார்க்ல பிளஸ் டூ பாஸ் பண்ணினேன்.

சேலம் ஆர்ட் காலேஜ்ல பி.ஏ சேர்த்துவிட்டார் அப்பா. தமிழ் படிச்சா போலீஸ் வேலையில முன்னுரிமை கிடைக்குங்கிறது அவரோட கணக்கு. ஆனா அங்க கிடைச்ச சுதந்திரம் மொத்தமா என்னை முரடன் ஆக்கிடுச்சு. பஸ்ல டிக்கெட் கேட்டா கண்ணாடிய உடைக்கிறது, ரஜினி படம் போட்டா காலேஜ்ல ஸ்ட்ரைக் அடிக்கிறது. இந்த தகுதிக்காகவே சேலம் மாவட்ட மாணவர் காங்கிரஸ் தலைவர் பதவி தேடி வந்தது. அப்போ நடந்த ஸ்டூடண்ட் எலெக்சனுக்கு *1.15* லட்ச ரூபா செலவு செஞ்சேன்.

பர்ஸ்ட் இயர் படிச்சப்போ, அப்பாவோட நண்பர் ஒருத்தர் 'உன் பையனை அனுப்பும் ஓய். சினிமாவில சேர்த்து விடுறேன்'ன்னார். என் மூர்க்கத்தனத்தால பயந்து போயிருந்த அப்பா, 'நீ நினைச்சபடியே சினிமாவுக்கு போயிடு'னு சொல்லி என்னை அனுப்பி வச்சிட்டார்.

ராயப்பேட்டையில ஒரு ரூம்ல என்னை தங்க வச்ச அந்த நபர், 'டைரக்டர் வெளியே போயிருக்கார். வர நைட்டாகும். நீ தூங்கு'னு சொல்லிட்டு வெளியே போனார். பயணக் களைப்பு. கொஞ்சம் அசந்துட்டேன். திடீர்னு மேல ஒரு உருவம் ஊருது. பயந்து போய் முழிச்சுப் பாத்தா என்னைக் கூட்டிட்டு வந்தவர் சபலமா பாக்கிறார். புடிச்சு கீழே தள்ளி விட்டு ஓடினவன், சென்ட்ரல் ரயில்வே ஸ்டேஷன்ல தான் நின்னேன். ரெண்டாவது பயணமும் தோல்வி.

என் வீட்டுக்குப் பக்கத்தில தான் துவாரகா லாட்ஜ். அங்கே, 'என் உயிர் கண்ணம்மா' படத்துக்காக டைரக்டர் சிவச்சந்திரனும், லெட்சுமியம்மாவும் வந்து தங்கியிருந்தாங்க. லெட்சுமியம்மாவைப் போய் பாத்து, 'எனக்கு ஒரு சான்ஸ் தாங்க'னு கேட்டேன். 'ஒரு கவிதை சொல்லு'னாங்க.

‘அந்திவானம்

ரத்தச் சிவப்போடு...

ஒருவேளை வானம்

வயசுக்கு வந்துவிட்டதோ...’னு ஒரு கவிதையை எடுத்து விட, சிரிச்ச லெட்சுமியம்மா, சிவச்சந்திரனைக் கூப்பிட்டு அறிமுகப்படுத்துனாங்க. ‘உன் கண் ரொம்ப அழகா இருக்கு, நிச்சயமா உனக்கு வாய்ப்புத் தருவோம். ஒழுங்கா படிப்பை முடி’னு சொல்லிட்டு சென்னைக்குப் போனவங்க, 7 மாசத்தில சொன்ன மாதிரியே கூப்பிட்டாங்க. 2 அரியர், 8 போலீஸ் கேஸ்னு இருந்த என்னை சென்னைக்கு விட மறுத்தார் அப்பா. ‘3 வருஷம் டைம் குடுங்க, சினிமாவில ஜெயிக்கலன்னா வந்து போலீஸ் வேலைக்குப் போறே’னு சொல்லிட்டுக் கிளம்பிட்டேன்.

ஐஸ்வர்யா ஹீரோயின், நான் ஹீரோ. ஸ்டில்ஸ் எல்லாம் எடுத்தாங்க. ஆனா திடீர்னு அந்த படத்தில வினோத் கதாநாயகனா நடிச்சார். என்னை உதவி இயக்குனரா வச்சிக்கிட்டாங்க. நான் அவங்க வீட்டிலயே தங்கி, அந்த குடும்பத்தில ஒருத்தனாகிட்டேன். ஆனா, நெடுங்காலம் ஆகியும் என் சினிமா கனவு நினைவாகல. ஒரு கட்டத்தில சினிமா இன்ஸ்டியூட்ல ஆக்டிங் கோர்ஸ் சேந்தேன். ஆனாலும் லெட்சுமியம்மா வீட்டிலயே தங்கி கல்லூரிக்குப் போனேன்.

படிச்ச போதே, மீரா, பாலைவனப்பறவைகள்னு நிறைய வாய்ப்பு வந்துது. ஆனா, ‘நாங்க தான் அவனை அறிமுகப்படுத்துவோம். உங்களுக்கெல்லாம் நடிக்க மாட்டா’னு லெட்சுமியம்மாவே எல்லாருக்கும் போன் பண்ணிட்டாங்க. இதுக்கு நடுவில, சூர்யஸ்ரீக்கும் எனக்குமான காதல் வேர் பரப்பி வளர்ந்துகிட்டிருக்கு. சூர்யா, ஆக்டிங் படிக்க வந்த ஆந்திரப் பொண்ணு. அப்பா, அம்மா இல்லை. பாத்தவுடனே காதல் பத்திக்கிச்சு.

கோர்ஸ் முடியிற சமயம். கல்லூரிக்கு சூட்டிங் பண்ண வந்த ராதாபாரதி, ‘வைதேகி வந்தாச்சு’ல நடிக்கிறியா’னு கேட்டார். லெட்சுமியம்மாவுக்கு தெரியாம ஓ.கே சொல்லி, நடிச்சேன். பாதிப்படம் முடிஞ்சப்போ ஒரு பத்திரிகையில படத்தை பத்தி வந்த செய்தியை பாத்து லெட்சுமியம்மா கொதிச்சுட்டாங்க. வேற வழியில்லாம மனசு முழுக்க கசப்போட அங்கயிருந்து வெளியே வந்தேன்.

அதுக்கப்புறம் என் வாழ்க்கை மாறிடுச்சு. அடுத்தடுத்து படங்கள். 96ல மட்டும் 6 படம் ரிலீசாச்சு. ஆனா, ‘அப்பாடா’னு நிமிர்ந்து

பாக்குறத்துக்குள்ள வந்த வேகத்தில எல்லாமே போயிடுச்சு. 95ல 3 படம் தொடர்ந்து பிளாப். அதுக்கப்புறம் ஒருத்தரும் தேடி வரல. கூட இருந்த எல்லாரும் ஓடிட்டாங்க. ஏனு கேக்க ஆளில்லை. 'சரவணன் முடிஞ்சா'னு சினிமா உலகம் முடிவுரை எழுதிடுச்சு.

96ல 'விஸ்வநாத்'னு சொந்தப்படம் எடுத்தேன். ஓரளவுக்கு போச்சு. ஆனாலும் நிக்க முடியல. அடுத்து 'சந்தோஷம்' எடுத்தேன். கொஞ்சம் நஞ்சம் இருந்த என் சந்தோஷமும் போயிடுச்சு. 85 லட்சம் கடன். தவிச்சுப் போய் நின்னப்போ, பிரகாஷ்ராஜ், மனைவியோட நகைகள் எல்லாத்தையும் எடுத்திட்டு வந்து, 'வச்சிக்க மச்சான்'னு தந்தார். காய்ஞ்சு கிடந்த மனசில கொஞ்சமா ஈரம் ஒட்டின மாதிரி இருந்துது.

என் வாழ்க்கையில 97 டூ 2002 கொடுமையான நரகம். அது மாதிரி நிலை எந்த கலைஞனுக்கும் வரக்கூடாது. அப்படிப்பட்ட ஒரு நிலையிலயும் 'தாயுமானவன்' படம் எடுத்தேன். வெளியிட காசில்லை. மேலும் நஷ்டம். நேரா திருப்பதி போயி, 'எல்லாத்தையும் பிடுங்கிட்டே, இந்த மசிரையும் எடுத்துக்கோ'னு மொட்டை போட்டுட்டு பைத்தியம் மாதிரி திரிஞ்சேன். ஒரு வழியா எல்லாத்தையும் கடந்து மீண்டாச்சு.

இப்போ என் வாழ்க்கையோட 3வது அத்தியாயம். அமீர் மூலமா எனக்கு கிடைச்ச புது வாழ்க்கை இது. இப்போ கை நிறைய படங்கள் இருக்கு. ஆனாலும் சினிமாவில என்னை நான் நிரூபிக்க முடியல. அதற்கான காலத்துக்காக காத்திருக்கேன். ஜாதகம், இறை அனுக்கிரகம் எல்லாத்திலயும் எனக்கு நம்பிக்கை உண்டு.

என் அப்பா, அம்மா, சகோதரர்கள் யாருக்கும் இன்னை வரைக்கும் இந்த சினிமா வாழ்க்கை பிடிக்கல. பருத்திவீரன்ல நடிச்சபிறகு வீட்டுக்குப் போனேன். அப்பா பக்கத்தில கூப்பிட்டு சொன்னார்.

'நான் சொன்ன நேரத்துக்கு நீ ஐபிஎஸ் ஆகியிருந்தேன்னா, இப்போ சென்னையில நீ உதவி கமிஷனரா இருப்பே..!'

இப்பிடித் தான் என் வாழ்க்கை நகர்ந்துக்கிட்டிருக்கு!

சசி

இயக்குநர்

எண் 81,
வீதிக்கோவில் தெரு,
சூளை.

இதுதான், சென்னையில் என்னோட முதல் முகவரி.

'சினிமாவில சேர சென்னைக்குப் போறேன்'னு அப்பாக்கிட்ட சொன்ன உடனே அவர் கேட்ட ஒரே கேள்வி.

'அங்க நீ தங்கப்போற அறைக்கு யாருப்பா வாடகை குடுப்பா..?'

நான் சொன்னேன்,

'வாடகைக்காக வாழ்க்கையை அடகு வைக்க நான் விரும்பலப்பா...'

அதுக்கு மேல அப்பா எதுவும் கேக்கல...

'சரி போயிட்டு வா..!'னு அனுப்பி வச்சுட்டார்.

பஸ் ஸ்டாண்ட் வரைக்கும் வந்த தம்பி ரவி சொன்னான்.

'கவலைப்படாம போண்ணா, குடும்பத்தை நான் பாத்துக்கறேன்..!'

அப்பாவும், தம்பியும் சொன்ன அந்த நம்பிக்கையான வார்த்தைகள் தான் 'ஜெயிக்காம போகக்கூடாது'னு வைராக்கியத்தோட 10 வருஷமா என்னை போராடத் தூண்டினது.

அப்பா நெசவுத்தொழிலாளி. பஞ்சுத்துகள்கள் வயித்துக்குள்ள போய் ‘அல்சர்’ வந்து அவரை முடக்கி போட்டுடுச்சு. அம்மா தான் வீட்டுக்கு முதுகெலும்பு. 2 தங்கை, 2 தம்பி. நான் தான் தலைமகன். மேட்டூர் விதைக் கம்பெனியில நான் வாங்கின 4 ஆயிரம் சம்பளத்தில தான் குடும்ப ஜீவனம். நான் சினிமாவுக்குப் வர முடிவெடுத்தது இப்படி ஒரு இக்கட்டான சூழல்ல தான்.

சின்ன வயசிலயே பாடப்புத்தகங்கள் தாண்டி வேற வாசிப்பு தளத்துக்குள்ள நுழைஞ்சவன் நான். பள்ளிக்கூடம் முடிக்கிறதுக்குள்ள லா.ச.ரா, கோணங்கியை எல்லாம் புரிஞ்சிக்கிற அளவுக்கு தேடல் வந்திடுச்சு. கல்லூரிக்குப் போற நிலையில குடும்பம் இல்லை. அஞ்சல் வழியில படிச்சிக்கிட்டே, விதை விற்பனை மையத்தில வேலைக்கு சேந்தேன்.

‘பதினாறு வயதினிலே’, ‘அழியாத கோலங்கள்’, ‘நெஞ்சத்தைக் கிள்ளாதே’னு வித்தியாசமான படங்கள் வந்த நேரம். மெல்ல, மெல்ல எனக்குள்ளயும் சினிமா கனவு புகுந்துச்சு. சினிமா தான் எதிர்காலம்னு முடிவு செஞ்சிட்டேன்.

1000 ரூபாயோட சென்னைக்கு பஸ் ஏறினேன். சென்னையில் கார்த்திக்கை தவிர வேற யாரையும் எனக்குத் தெரியாது. என் கல்லூரித்தோழன் அவன். ‘வாடா நான் பாத்துக்கறே’னு சொல்லி அவனும் நம்பிக்கை கொடுத்தான். சூளையில இருந்த அவனோட அறையில, நாலோட அஞ்சாவது ஆளா நானும் புகுந்தேன். வந்த முதல் நாளே மௌனம் ரவிக்கிட்ட என்னை அறிமுகப்படுத்தி வச்சான் கார்த்திக்.

மௌனம் ரவி, என்னை ஒரு புது இயக்குனர்கிட்ட உதவியாளரா சேர்த்து விட்டார். சென்னையில கால் வச்ச முதல் நாளே அசிஸ்டெண்ட் டைரக்டர் ஆகிட்டேன். ஆனால் அதை பெரிய சந்தோஷமா கொண்டாட முடியல. காரணம், அங்க எனக்கு இருந்த ஒரே வேலை, தினமும் காலையில வந்து டைரக்டருக்கு சல்யூட் வைக்கிறது மட்டும்தான். கதை விவாதம் நடக்கிற அறைக்குள்ள கூட விடமாட்டாங்க. 3 மாதம் வரைக்கும் சல்யூட் போட்டு ஓஞ்சி போயிட்டேன். சம்பளம்னு சல்லிக்காசு கூட தரல. கையில இருந்த காசும் தண்ணியா கரையுது. காலையில 2 போண்டா, மதியம் 2 சமோசா. ராத்திரி 1 ஆப்பிள். இது தான் என் மெனு.

விறுவிறுப்பா விவாதம் தான் நடத்துறாரே தவிர, அந்த இயக்குனர் படம் எடுக்கிற மாதிரி தெரியல. இனிமே வணக்கம் வைக்கிறதில பலன் இல்லைன்னு முடிவுக்கு வந்தேன்.

‘முதல்ல சினிமாவில இருக்கவங்கள நண்பர்களாகிக்கோ. அப்போ தான் உள்ளே நுழைய முடியும்’னு சொன்னான் கார்த்திக். ‘தியேட்டர்ல தான் சினிமாக்காரங்க கூடுவாங்க’னு என் சிற்றறிவு சொல்ல, நேரா சங்கம் தியேட்டருக்கு போனேன். வாசல்ல, பெரிய மீசையோட நின்ன ஒருத்தர்கிட்ட, ‘ஏதாவது வேலை இருக்கா’னு கேட்டேன். ‘என்ன வேலை தெரியும்’னார். ‘எந்த வேலையும் தெரியாது, சொல்லிக்குடுத்தா செய்வே’னேன். ‘செக்யூரிட்டியா வர்றியா’னார்.

ஏதாவது செஞ்சாதான் அடுத்த வேளையை ஓட்டலாங்கிற நிலை. சரினுட்டேன். (நான் வேலை கேட்டது படம் பாக்க வந்த செக்யூரிட்டி நிறுவன உரிமையாளர்கிட்டனு அப்புறம் தான் தெரிஞ்சுது) குமுதம் ஆபிஸ்ல செக்யூரிட்டி வேலை. நைட்ல டியூட்டி பாத்திட்டு பகல்ல சினிமா வாய்ப்புத் தேடினேன்.

கொஞ்சம், கொஞ்சமா சினிமா புரிய ஆரம்பிச்சுது. ஒரு கட்டத்தில செக்யூரிட்டி வேலையை விட்டேன். முழு நேரமா சினிமா கம்பெனிகளோட கதவைத் தட்டுனேன். தியேட்டர்ல போயி சினிமா பாக்கக் கூட காசிருக்காது. சென்ட்ரல் ரயில்வே ஸ்டேஷனுக்கு போய் டிவியில ஓடுற விளம்பரங்களை பார்த்து சினிமாவை கத்துக்கிட்டேன்.

சேலத்தில இருந்து 2 சித்திகளும், நண்பர்களும் அப்பப்ப கொஞ்சம் பணம் அனுப்புவாங்க. நான் நடந்து போய் வாய்ப்பு தேடுறத கேள்விப்பட்டு மாமா ஒரு சைக்கிள் அனுப்பினார். கிட்டத்தட்ட எட்டு வருஷம், சுதி தவறுன பாட்டு மாதிரி வாழ்க்கை தாறுமாறா ஓடுச்சு.

‘இனி சென்னையில இருப்பதில அர்த்தமில்லை’னு நான் முடிவு செஞ்ச தருணத்தில அன்வர் நண்பரானார். ‘ஊட்டி’ படத்தோட இயக்குனர். ஒரு புதுப்படம் எடுக்கிற முயற்சியில இருந்தார். அவர் என்னை உதவியாளரா சேத்துக்கிட்டார். ஆனால் அதுவும் நிலைக்கலை.

திடீர்னு படத்தை டிராப் பண்ணிட்டு ‘கேளடி கண்மணி’ படம் இயக்கிக்கிட்டிருந்த வசந்த் சார்கிட்ட அசோசியேட்டா சேந்துட்டார் அன்வர். நான் திரும்பவும் நடுத்தெருவுக்கு வந்திட்டேன். வீட்டில வேற நிறைய அதிருப்தி. ஒரு தங்கைக்கு திருமணம் ஏற்பாடுகள் நடந்துது. மூத்த அண்ணனா இருந்து ஒன்னும் செய்ய முடியாத நிலை.

திடீர்னு ஒரு நாள் அன்வர் என்னை வசந்த் சார்கிட்ட அழைச்சிட்டுப் போயி, 'நல்ல பையன் சார் அசிஸ்டெண்டா வச்சுக்குங்கோ'னார். முதல்ல ஓகே சொன்ன வசந்த் சார் கொஞ்ச நேரத்தில, 'அன்வர் சொன்னதால தான் உன்னை இருக்கச் சொன்னேன். ஓரமா நின்னு இங்க என்ன நடக்குதுனு பார். மற்றபடி இங்க வேலை செய்யிறதா யாருக்கிட்டயும் சொல்லிக்கக் கூடாது'னு கண்டிஷன் போட்டார். எனக்கு சிரிக்கிறதா, அழுவுறதானு தெரியல. ஷூட்டிங் ஸ்பாட்ல ஓரமா நின்னு ஒரு சின்ன நோட்டுல, என்ன நடக்குதோ அதை எழுதுவேன். சாப்பாட்டு நேரத்தில என்னை மட்டும் வெளியே அனுப்பிடுவாங்க. ரொம்ப அவமானமா இருக்கும்.

ஒரு நாள், 'ஷூட் பண்ணின ஒரு காட்சி பத்தி வசந்த் சாருக்கு சந்தேகம் வந்திடுச்சு. எல்லாரும் தப்புத்தப்பா சொன்னாங்க. நான் நோட்டில எழுதி வச்சிருந்த குறிப்பை வச்சு கரெக்டா சொன்னேன். வசந்த் சார் கொஞ்சம் நம்பிக்கையா பாத்தார். மறுநாள், கிளாப் அடிக்கிறவர் திடீர் லீவு. 'சார் நான் கிளாப் அடிக்கிறே'னு சொல்ல, 'சரி அடிடா'னார். முன்னப்பின்ன கிளாப் கட்டையை தொட்டது கூட இல்லை. ஆனா நம்பிக்கையா கிளாப் அடிச்சேன். அதுக்குப்புறம் அங்கே என் இருப்பு நிரந்தரமாகிடுச்சு.

ரூமை வடபழனிக்கு மாத்தினேன். கருணாகாரன், எஸ். எஸ்.ஸ்டான்லி, பாலாஜி சக்திவேல், 'தினந்தோறும்' நாகராஜ், பாலசேகர்னு சினிமாவுக்குள்ள ஒரு நட்பு வட்டத்தையும் உருவாக்கிக்கிட்டேன்.

'கேளடி கண்மணி' பெரிய வெற்றி. அடுத்த படமான 'நீ பாதி நான் பாதி'யில என் உழைப்பை பார்த்து, 'துணை இயக்குனர்'னு புதுசா ஒரு பொறுப்பையே உருவாக்கினார் வசந்த் சார்.

அடுத்து கொஞ்ச நாள் 'உழவன்' எடுத்திட்டிருந்த கதிர் சார்கிட்ட வேலை செஞ்சேன். இந்த நேரத்தில என் 2வது தங்கைக்கு திருமணம் நிச்சயமாச்சு. 'இந்த தங்கை திருமணத்துக்காவது ஏதாவது செய்டா'னார் அப்பா. கையில சல்லிக்காசு இல்லை. உடனடித்தீர்வு, படம் இயக்குறதுதானு முடிவுக்கு வந்து கதையை எடுத்துக்கிட்டு அலைஞ்சேன்.

முதல்ல கதையை கேட்டவர் பிரபுதேவா. கதை நல்லாயிருக்கு. தாணு சாரைப் பாருங்கன்னார். தாணு சாரும் ஓகே சொல்லிட்டார். எனக்கு தலைகால் புரியல. கதை விவாதம் பரபரப்பா நடந்துது.

குடும்பம், நண்பர்கள் எல்லாருக்கும் தகவல் சொல்லிட்டேன். தங்கைக்கு கல்யாண ஏற்பாடுகளும் ஜரூரா நடக்குது. அடுத்த வாரம் படப்பிடிப்பு. என் கெட்ட நேரம், திடீர்னு பிரபுதேவா ஒரு தெலுங்கு படத்தில கமிட் ஆகிட்டார். வேற வழியில்லாம தாணு சார் படத்தை டிராப் பண்ணிட்டார்.

முடங்கிப் போயிட்டேன். இனிமே சென்னையும் வேணாம், சினிமாவும் வேணாம், சேலத்துக்கு ஓடிடுவோம்னு மூட்டையை கட்டிட்டேன். அப்போ சில பேர் சௌத்ரி சார் பத்தி சொன்னாங்க. கடைசி முயற்சியா அவரையும் பாத்திட்டு கிளம்பிடுவோம்னு புதுசா ஒரு கதை ரெடி பண்ணினேன்.

பாலசேகர் பரிந்துரையில சௌத்ரி சார்கிட்ட கதை சொன்னேன். 'சொல்லாமலே' வெளி வந்துது. வாங்கின 50 ஆயிரம் சம்பளத்தில தங்கை திருமணத்துக்கு 25 ஆயிரம் கொடுத்தேன். திருமணமும் சிறப்பா முடிஞ்சுது. படமும் நல்லா ஓடிச்சு. அதுக்குப் பிறகு என் வாழ்க்கை 'லைம்லைட்'டுக்கு வந்திடுச்சு.

'சொல்லாமலே, பூ தொடங்கி இன்னைக்கு வரைக்கும் என் மனசாட்சிக்கு விரோதமில்லாத சினிமாக்காரனா இயங்கியிருக்கேன். சில புதிய முயற்சிகளை நெஞ்சுரத்தோட எடுத்திருக்கேன். இங்கே, நல்ல இயக்குனர்ங்கிறதை விட வெற்றிகரமான இயக்குனர்ங்கிற 'கலர்' அவசியப்படுது. நானும் மெல்ல அந்த இலக்கை நோக்கி தள்ளப்படுறேன். ஆனாலும், என் குழந்தையும் அந்த சினிமாவைப் பாக்கணுங்கிற குறைந்தபட்ச தர்மத்தை விட்டுத்தரமா ஜெயிப்பேன். நான் சினிமாவுக்கு வந்ததுக்கான நியாயம் அப்படியான ஒரு வெற்றியில தான் இருக்கு.

சசிகுமார்
இயக்குநர்

39/41,
சாதுல்லா தெரு,
தி.நகர்.

எனக்கு மட்டுமில்ல. பாலா அண்ணன், அமீர் அண்ணனுக்கும் இதுதான் முதல் முகவரி.

புத்தகங்களும், துணிகளும் அறை முழுவதும் இறைஞ்சு கிடக்கும். உள்ளே பாலா அண்ணனும், கந்தசாமிச் சித்தப்பாவும். வெளியில நானும், அமீர் அண்ணனும். முதலாளா எழுந்து, தெருமுனை நாயர்கடையில டீயும், பட்டர் பிஸ்கட்டும் வாங்கி வச்சுக்கிட்டு எல்லாரையும் எழுப்பணும். காலை சாப்பாடு அந்தடீயும், பிஸ்கட்டும் தான்.

புக் ஷாப், ஜவுளிக்கடை, தியேட்டர், பாத்திரக்கடைனு பல தொழில்கள் இருந்துச்சு. விரும்புற வரைக்கும் படிக்கலாம். படிப்பை முடிச்சிட்டு ஏதாவது ஒரு கடையில போய் உக்காந்திடணும்... இதுதான் எங்க குடும்பத்தில எழுதப்படாத சட்டம். இந்த கட்டுப்பாட்டைத் தாண்டி வெளியில வந்த ஒரேஆள் நான்தான்.

புதுத்தாமரைப்பட்டி. மதுரையில உள்ளடங்கின கிராமம். பஸ்ல இறங்கி, மண்ரோட்டில ஒரு கிலோ மீட்டர் நடந்துதான்

போகனும். ஊரைச்சுத்தி, வைகையாத்துத் தண்ணியால பச்சை மாறாத வயக்காடுங்க.

தாத்தா சிவலிங்கம் தான் எல்லாத்துக்கும் ஆணிவேர். தலையில முண்டாசும், தார் பாச்சுன வேட்டியுமா வயலுக்குள்ள இறங்குனா நாலாளு வேலையை ஒத்தையா நின்னு செய்வார். 2 ஏக்கர் பூர்வீகக்காட்டை 100 ஏக்கரா மாத்தினது அவரோட உழைப்பு தான்.

அப்பா பேரு மகாலிங்கம். அம்மா பத்மாவதி. நாலு பிள்ளைகள்ல நான் 3வது. அண்ணன் சிவராஜன், தம்பி ஆனந்தகுமார், அக்கா ராஜேஸ்வரி. தாத்தாவோட சேந்து அப்பாவும் விவசாயம் பாத்தார்.

வெளியில வேலை வெட்டிக்கு போக வேண்டிய நிர்ப்பந்தம் இல்லாட்டியும், பிள்ளைகள் படிக்கணுங்கிறதுல தாத்தா உறுதியா இருந்தார். கிராமத்தில பள்ளிக்கூடம் இல்லாததால சந்தைப்பேட்டையில இருந்த அன்னபூரணம் அத்தை வீட்டுக்கு எங்களையெல்லாம் அனுப்பி வச்சிட்டார்.

அத்தை குடும்பமும் கூட்டுக்குடும்பம். மாமா பேரு பாலசுப்பிரமணியன். அசோக், ராஜா, பானுமதினு மூணு பசங்க. பெரிய மாமா தெய்வநாயகம் மத்திய தொகுதி எம்எல்ஏவா இருந்தார். கண்டிப்பானவர். அவருக்கு நாங்க வச்ச பேர் ஹிட்லர். அவர் வீட்டுக்குள்ள வந்துட்டா நாங்க வாலச்சுருட்டிக்கிட்டு உக்காந்துருவோம். அவருக்கு 2 பசங்க. எல்லாரும் செவன்த்டே ஸ்கூல்ல படிச்சோம்.

அண்ணபூரணம் அத்தையும், மாமாவும் எனக்கு இன்னொரு அப்பா, அம்மா மாதிரி. பாரபட்சம் இல்லாம அன்பு காட்டுவாங்க. அவங்களோட வளர்ப்புதான் இன்னைவரைக்கும் என்னை ஒழுக்கமான மனுஷனா வழிநடத்துது.

நாலாவது வரைக்கும் மதுரை. அஞ்சாவது, கொடைக்கானல் செயிண்ட் பீட்டர்ஸ் கான்வென்ட். இந்த ஸ்கூல்தான் என் கனவுகளுக்கு சிறகு முளைக்க வச்சது. படிப்புக்கு இணையா தனித்திறன் மேம்பாட்டுப் பயிற்சிகளும் நடக்கும். ஆறாவது படிக்கிறப்போ, ஒரு மைமிங் டிராமா போட்டேன். அதுக்கு கிடைச்ச பாராட்டு எனக்குள்ள அழுத்தமான உந்துதலை ஏற்படுத்துச்சு. படிப்பு இரண்டாம் பட்சமாயிடுச்சு.

சனி, ஞாயிறுகள்ல சினிமா போடுவாங்க. படத்தைவிட படத்துக்கு பின்னாலான விஷயங்களை கவனிப்பேன். டைட்டில்

கார்டுகளை தேடித்தேடி பாப்பேன். பாலச்சந்தர், பாரதிராஜா, பாலு மகேந்திராங்கிற அந்த பெயர்கள் எல்லாம் மந்திரம்மாதிரி மனசுக்குள்ள பதிஞ்சிடுச்சு.

இந்த சமயத்திலதான் ஜேம்ஸ்வசந்தன் சார் எங்க ஸ்கூலுக்கு மியூசிக்டீச்சரா வந்தார். அவருக்கு சினிமாவில மியூசிக் டைரக்டரா ஆகனும்னு ஆசை. எனக்கு டைரக்டராகனும்னு ஆசை. இந்த ரெண்டு ஆசைகளும் எங்களை இணைய வச்சுச்சு. ஆசிரியர் - மாணவன் உறவைத் தாண்டி நண்பர்களா நெருங்கினோம். ஜேம்ஸ் சார் தான் சத்யஜித்ரே படங்களையெல்லாம் எனக்கு அறிமுகப்படுத்தினார்.

பிளஸ் 1 காலத்திலயே சுவரேறிக் குதிச்சு தியேட்டருக்குப் போகத் தொடங்கியாச்சு. நாங்க 13 பசங்க. ஸ்கூல்ல இருந்து 5 கிலோ மீட்டர் தூரத்தில ரெண்டு தியேட்டர்கள். நைட்டு 9 மணிக்கு சுவரேறிக் குதிச்சு ஓடினா, டைட்டில் கார்டு போடுறதுக்குள்ள போயிடுவோம்.

இந்த திருட்டு வேலை ஜேம்ஸ் சாருக்கும், தங்கராஜ் சாருக்கும் தெரிஞ்சிடுச்சு. ஜேம்ஸ் சார் விட்டுட்டார். ஆனா தங்கராஜ் சார் மிரட்டிட்டார். ஜேம்ஸ் சாரை வச்சு அவரை சரி கட்டுனோம். அதுக்குப் பிறகு, இந்த ரெண்டு பேரும் எங்க செட்ல சேந்துட்டாங்க. முன்னாடியே போயி எங்களுக்காக டிக்கெட் வாங்கி வக்கிறது இவங்கதான்.

கொடைக்கானல் பள்ளி வாழ்க்கையில அகஸ்தா மிஸ்சை மறக்க முடியாது. அவங்க வகுப்பறையில இருந்தா வீட்டுல அம்மா அரவணைப்பில இருக்கிற உணர்வு வரும். எங்க மார்க் குறைஞ்சா அவங்க அழுவாங்க. அகஸ்தா மிஸ் அழுவாங்கங்கிற பயத்திலயே படிக்க ஆரம்பிச்சோம். அதேபோல சாந்தா மிஸ். ரெண்டு பேரும் இப்போ எங்க இருக்காங்கனு தெரியல. தேடிக்கிட்டே இருக்கேன். அவங்களை ஒருமுறை பாத்து நன்றி சொல்லனும்.

மதுரை எஸ்.வி.என் கல்லூரியில பிபிஏ படிச்சேன். வகுப்பில இருந்த நேரத்தை விட மாப்பிள்ளை வினாயகர் தியேட்டர்ல இருந்த நேரம்தான் அதிகம்.

படிப்பு முடிஞ்சதும் ஜவுளிக்கடை. ஆனாலும் அதோட ஒட்டிப்போக முடியல. சிவகுமார் மாமாகிட்டப் போய் சினிமாவுக்கு போகப்போறேனு சொன்னேன். அதிர்ச்சியாத்தான் இருந்திருக்கும். ஆனாலும் யாரும் தடுக்கல.

‘சேது’ தயாரிப்பாளர் கந்தசாமி எனக்கு சித்தப்பா. அவர், சினிமா தயாரிக்கப் போறதா கேள்விப்பட்டு, அவர்கிட்ட போய் நின்னேன். நேரா பாலா அண்ணன்கிட்ட அழைச்சுக்கிட்டு போனார். ‘படம் ஆரம்பிக்கிறப்போ கூப்பிடுறே’னு சொன்னார் பாலா அண்ணன். சொன்ன மாதிரியே ‘சேது’ ஆரம்பிக்கிறப்போ கூப்பிட்டார்.

உற்சாகமா சென்னை வந்தேன். ஆனா, பூஜையன்னிக்கே ஸ்ட்ரைக். நிலைகுலைஞ்சு உக்காந்துட்டோம். ஒரு வழியா ஸ்ட்ரைக் முடிஞ்சி சூட்டிங் தொடங்குச்சு. நானும் அமீர் அண்ணனும் தான் கடைசி அசிஸ்டெண்ட். 2வது நாள். ஒய்எம்சிஏ மைதானத்தில சூட்டிங். கிளாப் அடிக்கிறவர், ஏதோ பிரச்னையில வெளியே போயிட்டார். பாலா அண்ணன் என் கையில கிளாப் கட்டையைக் குடுத்து அடிச்சுக் காட்டச் சொன்னார். கரெக்டா அடிச்சேன். ‘இனிமே நீயே கிளாப் அடி’னு சொல்லிட்டார். சினிமாவே அந்த கட்டை வழியா என் கைக்கு வந்துட்டதா நினைச்சேன்.

அன்னைக்கு ராத்திரி, அமீர் அண்ணன் என்னைக் கூப்பிட்டு ‘கிளாப் அடிக்கிறது சாதாரண விஷயமில்லை. ரொம்ப சீக்கிரமே உனக்கு அது கிடைச்சிருக்கு. விட்டுடாதே...’னார். அதை வேதவாக்கா எடுத்துக்கிட்டேன்.

சென்னை வாழ்க்கை சிரமமாத்தான் இருந்துச்சு. பிளாட்பார வண்டிக்கடையில தான் சாப்பாடு. காசில்லனா அதுவும் இல்லை. ஒரு சிலநாள் டீக்கும், பட்டர் பிஸ்கட்டுக்குமே வழியிருக்காது. அன்னைக்கு பட்டினி. வளமான குடும்பம், சிரமமில்லாத வாழ்க்கைனு இருந்த சூழலை விட்டுட்டு இப்பிடி வந்து ஏண்டா காயிறேனு பல பேர் வருத்தப்பட்டாங்க. ஆனா நான் எதையும் காதுல வாங்கிக்கலை. சினிமாவில ஏழை, பணக்காரன் பேதமெல்லாம் கிடையாது. எல்லாரும் சிரமப்பட்டுத் தான் ஆகனும். தொழிலை கத்துக்கனும். அதுதான் என் இலக்கு.

பாலா அண்ணன் தனியா கூப்பிட்டு ஏதும் சொல்லிக் குடுக்க மாட்டார். ஆனா அவரைப்பாத்தே கத்துக்கலாம். அமீர் அண்ணன் திட்டித்திட்டி கத்துக்குடுப்பார். சூட்டிங் டைம்ல யூனிட்டே சீரியஸா இருக்கும். சினிமாவும் ஒரு தொழில். அதுக்குறிய மரியாதையோட வேலை செய்யனும். அந்த டிசிப்பிளினை ரெண்டு பேரும் எனக்கு கத்துக்கொடுத்தாங்க.

சேது முடிஞ்சதும் நந்தா. இந்த சமயத்தில, என் சிரமத்தைக் கேள்விப்பட்டு, வீட்டுல இந்தி பிரசார சபா தெருவில ஒரு டிவிடி

ஏஜென்ஸி வச்சுத்தந்தாங்க. ஆனா அது ஆறு மாதம் வரைகூட ஓடல. லாஸ் ஆயிடுச்சு. அமீர் அண்ணன் 'மௌனம் பேசியதே' ஆரம்பிச்சப்போ, அவர்கிட்ட வந்துட்டேன்.

அமீர் அண்ணன்பட்ட கஷ்டங்கள்ல இருந்து நான் நிறைய பாடம் கத்துக்கிட்டேன். அவரோட அனுபவங்கள் எனக்கும் அனுபவங்களா இருந்துச்சு. அவர் போற இடத்துக்கெல்லாம் என்னையும் அழைச்சிட்டுப் போவார்.

அமீர் அண்ணனை தூக்கத்தில எழுப்புறது சவாலான வேலை. திட்டுவார், திடீர்னு அடிக்கக்கூட செய்வார். எழுப்பாம விட்டாலும் திட்டுவார். அதே நேரம், கஷ்டம் தெரியாத அளவுக்கு அவர் கூட ஜாலியா பொழுது போகும். 'ராம்' வரைக்கும் அவர்கூட தான் இருந்தேன். அதுக்குப் பிறகு, தனியா செய்யப்போறேனு அவர்கிட்ட சொன்னப்போ 'தாராளமாப் போ'னு அனுப்பி வச்சார்.

சுப்பிரமணியபுரம் வேலைகளை ஆரம்பிச்சேன். இதே தருணத்தில வீட்டில திருமண வேலைகளையும் ஆரம்பிச்சாங்க. மனைவி மாமா பொண்ணு. பேரு பிரீத்தா. என் கேரியர்ல இவங்க பங்களிப்பு நிறைய. சூட்டிங் ஆரம்பிக்கிறதுக்கு மூணுநாள் முன்னாடி பையன் பிறந்தான். குருசிவானு பேரு வச்சோம்.

ரொம்ப உற்சாகமா சூட்டிங் ஆரம்பிச்சேன். அதுவரைக்கும் மரபா இருந்த பல விஷயங்களை என் சினிமாவில தவிர்த்தேன். பீரியட் பிலிம் வேற. அமீர் அண்ணனோட தயாரிப்புல செய்யனும்னு ஆசை. பல சூழ்நிலைகளால அது முடியல. அதுக்குப்பிறகு யார்கிட்டேயும் போகப்பிடிக்கல. என்னோட அத்தை பையன் அசோக்கை கோ புரடியூசராக்கி நானே தயாரிச்சேன். முதல் செட்யூல் நடந்த நேரத்தில நான் மலை மாதிரி நம்பிக்கிட்டிருந்த சிவகுமார் மாமா இறந்துட்டார். அந்த இழப்பால நிலை குலைஞ்சு போயிட்டேன். அதிலிருந்து மீண்டு வெளியில் வர ரொம்பக்காலம் பிடிச்சுது.

எல்லாத்தையும் தாண்டி ஒரு வழியா படம் வெளி வந்துச்சு. என் குருநாதர்கள் பேரைக் காப்பாத்துற அளவுக்கு அந்த படம் பேசப்பட்டுச்சு. சமுத்திரக்கனி அண்ணனோட அறிமுகம் இன்னொரு திருப்புமுனை. அமீர் அண்ணன் மூலமா பழக்கம். ரெண்டு பேரும் உழைப்புங்கிற தளத்தில ஒருங்கிணைஞ்சோம். நாடோடிகள்ல சேந்தோம். அதுவும் நல்ல ரிசல்ட்.

சினிமா யாருக்கும் நிரந்தரமில்ல. புதுசு, புதுசா திறமைசாலிகள் வந்துக்கிட்டிருக்காங்க. என் தேவை தீர்ந்த பிறகு என் இடத்துக்கு இன்னொருத்தர் வருவார். இந்த சக்கரம் நிக்கப்போறதில்ல. எனக்கு விவசாயத்தில நிறைய ஆர்வம். நிறைய நிலம் வாங்கி புதிய நுட்பங்களை புகுத்தி விவசாயம் செய்யனும். சினிமாவை விட்டுப் போற நிலை வந்தா வயக்காட்டுல கலப்பை பிடிக்க தயாரா இருக்கேன்.

தனபாலன்

தலைப்பாகட்டி பிரியாணி

எப்11, 2வது மெயின்ரோடு,
அண்ணாநகர் கிழக்கு.

சென்னையில இதுதான் எங்க முதல் முகவரி.

திண்டுக்கல்ல ஒட்டின ஒரு சின்னஏரியா பூச்சிநாயக்கன்பட்டி. அதுதான் அப்பாவுக்கு பூர்வீகம். ஓட்டல் தொழில தொடங்குறதுக்கு முன்னாடியும், அதில தோல்வியடைஞ்ச பின்னாடியும் அப்பா, மானா மூனா தோல் ஷாப்ல கணக்கப்பிள்ளையா வேலை செஞ்சார். அம்மா பேரு கண்ணம்மா. அப்பாவுக்கு இணையா காடு, கழனியிலயும், சமயக்கட்டுலயும் உசுரு தேய உழைச்ச ஜீவன்.

அம்மாவோட சமையல் பக்குவத்தை உறவுக்காரங்களே மெச்சு வாங்க. 'எல்லாரும் போடுற சரக்குகளைத்தான புள்ளைகளா அவளும் போடுறா, அவளுக்கு மட்டும் எப்பிடி கைமணக்குது'னு அப்பப்ப மத்தவங்களை வைவார் எங்க தாத்தா. அப்பாவுக்கு நேரடி வாரிசு கெடையாது. அண்ணன், தம்பி புள்ளைகளான என்னையும், வெங்கிடாசலத்தையும் தத்தெடுத்துக்கிட்டாரு.

பெரிய வசதியொன்னும் இல்லை. பட்டினினு சொல்லாட்டாலும், நடுத்தர சிரமங்கள் நெறைஞ்ச குடும்பம் தான். நாலைஞ்சு ஏக்கர் கொல்லைக்காடு கெடந்துச்சு. நெல்லு, கடலைனு ஓரளவுக்கு வெவசாயம் நடந்தாலும் அப்பாவுக்கு அதில ஈடுபாடு இல்ல.

முழுநேரமும் மானா முனா தோல் ஷாப்புலயே கெடப்பார் அப்பா. ஆனாலும், வருமானம் வரம்புக்குள்ளயே இருந்துச்சு. ஏதோ வேலை செய்யிறோம், பொழைக்கிறோம்னு ஓடிக்கிட்டிருந்த வாழ்க்கை ஒரு கட்டத்துல அவருக்கு போரடிச்சிடுச்சு. சொந்தமா ஏதாவது தொழில் செய்யலாமேனு யோசிச்சப்போ அவரு குணத்துக்கு தோதா தெரிஞ்சது ஓட்டல்தான். ஆனா முன்னப்பின்ன ஓட்டல் தொழில்ல அனுபவம் இல்ல. இருந்தாலும், உதவிக்கு சில பேரை வச்சுக்கிட்டு திண்டுக்கல் கிழக்கு ரத வீதியில 'ஆனந்த விலாஸ்'னு ஒரு ஓட்டலை தெறந்திட்டாரு.

ஒரே நேரத்தில 50 பேரு உக்காந்து சாப்புடலாம். அவ்வளவு பெரிய ஓட்டல். தெரியாத எந்தத் தொழிலையும் பெரிய முதலீட்டில தொடங்கக்கூடாதுங்கிற விஷயம் அப்போ புலப்படல. தொடக்கத்தில நல்லாத்தான் போயிக்கிட்டிருந்துச்சு. ஆனாலும், தொடர்ந்து நடத்துறது சுலபமா இல்லே. அனுபவம் இல்லாத தொழில் வேற. ஆளுங்களுக்கு கூலி குடுத்து, இடத்துக்கு வாடகை குடுத்து கட்டுபடியாகல. 4 வருஷம் வரைக்கும் தள்ளாட்டமா நடந்த ஓட்டல், அதோட முடங்கிப்போச்சு. கடையை விட்டுட்டு திரும்பவும் மானா முனா தோல்ஷாப்புக்கே வேலைக்குப் போயிட்டாரு அப்பா.

தெரியுதோ, தெரியலயோ, ஓட்டலை ஆத்மார்த்தமா நடத்தினாரு அப்பா. வர்றவங்களை கை நெறைய கும்புட்டு வாய்நெறைய உள்ளே கூப்புடுறது, இதமா பரிமாறுறதுனு அவரோட உபசரிப்பே குதூகலமா இருக்கும். அவருக்கு சின்ன வயசுலயே தலைமுடி கொட்டிப்போச்சு. முன்தலை வழுக்கை. ஊருல அவர்சோட்டு ஆளுங்க கேலி செய்வாங்க. அதுக்காக தலைப்பாகை கட்டிக்கிவாரு. ஓட்டலுக்கு வர்றங்க 'தலைப்பாகட்டி நாயக்கரே'னுதான் அழைப்பாங்க.

ஓட்டல் தொழில்ல தோத்துப்போனதில அப்பாவுக்கு ரொம்பவும் வருத்தம். 'எப்புடியும் திரும்பவும் அந்த தொழில்ல பேர் வாங்கனுங்கிற உறுதியோட இருந்தாரு. எல்லாரும் செய்யிற மாதிரி இட்லி, தோசை, பூரிக்கிழங்குனு அரைச்ச மாவையே அரைக்காம, புதுசா எதுனா செய்யனும்னு யோசிச்சப்போ, பிரியாணி போடலாமேனு யோசனை சொன்னது அம்மாதான்.'

அதுக்கு முன்னால ஒன்னு ரெண்டு கல்யாண வீடுகள்ல பிரியாணியை சாப்பிட்டது தவிர அப்பாவுக்கும், பிரியாணிக்கும்

எந்த சம்பந்தமே இல்ல. ஆனாலும், அதுக்காக தோஞ்சு போகாம, தோல்ஷாப்பில வேலை செஞ்சுகிட்டே, அறிஞ்சவங்களை வச்சு வீட்டிலயே பிரியாணி சமைச்சு பழகினாரு அப்பா.

அப்போ பெரிய தனவந்தருங்க கல்யாண வீடுகள்ல மட்டும் தான் பிரியாணி வாசத்தை நுகந்து பாக்க முடியும். வெளியூர்கள்ல இருந்து சமையல் மாஸ்டர்களை கூட்டிக்கிட்டு வந்து சமைப்பாங்க. அந்த சமையக்காரங்களுக்கு ஏகக்கிராக்கி. ஒன்னு ரெண்டு ஓட்டல்கள்ல கிடைச்சாலும், ஒன்னுக்கு காவீசம் தான் சுவையிருக்கும். சாப்பிட்டா நாலு நாளைக்கு வயிறு சொன்னபேச்சுக் கேக்காது.

'மத்தவங்க செஞ்சு போடுறாப்புல நாமளும் பிரியாணியை தெண்டத்துக்கு செய்யக்கூடாது. சாப்பிட்டா வயித்துக்கு நோவு வரக்கூடாது. பச்சைப் புள்ளைகளும் பயமில்லாம சாப்புடனும். கட்டுப்படியாகிற வெலையில விக்கனும்...' இதுதான் அப்பாவோட நோக்கம். நாலைஞ்சு மாசத்தில, அவருக்கு திருப்தியா சமைச்சுப் பழகிட்டாரு. எல்லாரும் போடுற சரக்குச்சாமான் தான். ஆனா அதை எந்த விகிதத்தில போடனுங்கிறது தான் அப்பாவோட கைப்பக்குவம்.

முன்னாடி அவர் நடத்தின ஓட்டலுக்கு எதுத்தாப்பில சின்னதா ஒரு இடம் புடிச்சு திரும்பவும் ஆனந்த விலாஸை ஆரம்பிச்சாரு. 8 பேரு உக்காந்து சாப்பிடலாம். ரெண்டே ரெண்டு வேலைக்காரங்க. அப்பாவோட பிரியாணி டேஸ்ட் ஊரையே மயக்கிருச்சு. வாசமும், மணமுமா, வயித்துக்கு இதமா காத்து மாதிரி இருந்ததால நிறைய பேர் ரெகுலர் கஸ்டமராக்கிட்டாங்க. ஒரு நாளைக்கு 3 தேக்சா யாபாரம் ஓடும். ராத்திரி, 8 மணி வரைக்கும் வரிசையில நின்னு வாங்கிட்டுப் போவாங்க.

அப்பா எப்பவும் கலகலனு இருப்பார். எப்பவும் அவரைச் சுத்தி நாலுபேரு இருக்கணும். காங்கிரஸ் கட்சிக் கூட்டம்னா முண்டா கட்டிக்கிட்டு போயிடுவார். அம்மாவை கவுன்சிலருக்கு நிப்பாட்டி ஜெயிக்க வச்சார். நான் பள்ளிக்கூட நேரம் போக மத்த நேரத்தில அப்பாவுக்கு உதவியா இருப்பேன். அவரோட உழைப்பும், வாடிக்கையாளரை உபசரிக்கிறதும் எனக்கு ஆச்சிரியமா இருக்கும்.

நான் கல்லூரிப் படிப்பை முடிச்ச நேரத்தில அப்பா இறந்திட்டாரு. ஆனா அதுக்குள்ள தலைப்பாகட்டிங்கிற பேரை தமிழ்நாடு முழுசும் தெரியிற மாதிரி செஞ்சிட்டாரு. அவர் இறந்த பிறகு, அந்த பெயரை கெடுக்காம, காப்பாத்தினாலே போதுங்கிற

நெலமை. அப்பாவோட இடத்துக்கு நான் வந்தேன். அதுவரைக்கும் பிரியாணியை சாப்பிட்டது தவிர சமையக்கட்டுக்குள்ள அடிகூட எடுத்து வச்சதில்ல. பொறுப்புக்கு வந்த பின்னாடி, அம்மா எனக்கு அந்த கைப்பக்குவத்தை கத்துக்குடுத்தாங்க. லாபத்தை பெருசா நினைக்காம, சாப்பிடுற மனுஷனை பெரிசா நினைக்கணும்கிறதை அப்பாக்கிட்ட கத்துக்கிட்ட நான், அவரு பேருக்கு சின்ன பங்கம் கூட வந்துறாம ஓட்டலை நடத்துனேன். கடைக்குப் பக்கத்தில இன்னும் கொஞ்சம் எடம்புடிச்சு, ஒரே நேரத்தில 24 பேரு உக்காந்து சாப்பிடுற மாதிரி ஓட்டலை கொஞ்சம் விரிவாக்குனேன். மதுரை, பழனி வர்றவங்க கூட பிரியாணிக்காகவே திண்டுக்கல்லுக்கு வர்ற மாதிரி ஒரு நெலமை உருவாகியிருச்சு.

அம்மாவோட அண்ணன் பேத்தியத்தான் நான் கட்டிக்கிட்டேன். எனக்கு ஒரு ஆணும், ஒரு பொண்ணும். பையனுக்கு அப்பா பேரையே வச்சேன். பொண்ணு பேரு லாவண்யா. நாகசாமிக்கு ஓட்டல் தொழிலை பத்தி படிக்கனும்னு ஆசை. லண்டன்ல ஓட்டல் மேனேஜ்மெண்ட் படிச்சிட்டு வந்தான். இந்த தொழிலை நாங்க பாத்த பார்வைக்கும், அவன் பாத்த பார்வைக்கும் நெறைய வித்தியாசம் இருந்துச்சு. அவன் தலையெடுக்கிற வரைக்கும் வெளியூருல ஓட்டல் தெறக்கிறதைப் பத்தி யோசிச்சது கூட இல்லை. அவந்தான் வெளியூரு பக்கமும் நம்ம பிரியாணியை கொண்டு போகணும்பானு சொன்னான்.

முதல்ல கோயமுத்தூர் காந்தி கிராமத்தில ஒரு ஓட்டல் தொறந்தோம். அதுக்கு கெடச்ச வரவேற்பைப் பாத்து, மலைச்சுப் போயிட்டோம். உடனடியா வத்தலக்குண்டுல ஒரு ஓட்டல் தொறந்தோம்.

திண்டுக்கல்லு அளவுக்கு சென்னையிலயும் எங்க பிரியாணிக்கு ரசிகர்கள் இருந்தாங்க. எப்பிடியும் சென்னையில ஒரு கடை திறந்திடணும்னு முடிவு செஞ்சப்பதான் பெரிய அதிர்ச்சியான செய்தியை கேள்விப்பட்டோம். சென்னையில தெருவுக்குத் தெரு 'திண்டுக்கல் தலைப்பாகட்டு பிரியாணிக் கடை' இருக்குனு.

எங்க பேரை மத்தவங்க பயன்படுத்துறது தொடர்பா, நீதிமன்றத்துக்குப் போனோம். எங்க தரப்பை நீதிமன்றம் அங்கீகரிச்சுச்சு. அண்ணா நகர்ல முதல் ஓட்டல் திறந்தோம். அடுத்து நுங்கம்பாக்கம். இப்போ தி.நகர், கோயம்பேடுனு நிறைய கடைகள் திறந்திட்டோம். இது தவிர சிங்கப்பூர், மலேசியா, அரபு நாடுகள்ல ஓட்டல்கள் திறக்க முடிவு செஞ்சிருக்கோம்.

அப்பாவும், அம்மாவும் வேர்வை கொட்ட உழைச்ச உழைப்பு தான் இந்த வளர்ச்சிக்கெல்லாம் ஆணி வேர். 2 பேரோட தொடங்கின தலைப்பாகட்டி பாரம்பரியம் இப்போ 1300 ஊழியர்களோட வேரும், விழுதுமா பரவிக்கிடக்கு. எவ்வளவு முகவரி இருந்தாலும், திண்டுக்கல்லுல அப்பா ஆரம்பிச்ச ஆனந்தவிலாஸ் தான் எங்களுக்கு முதல் முகவரி. அந்த உணவகத்தை பழமை மாறாம பராமரிக்கிறோம். அந்த ஆனந்தவிலாஸ்ல தான் அப்பாவோட ஆன்மா எங்களை ஆசிர்வதிச்சுக்கிட்டே இன்னும் உலவுது!

திருநாவுக்கரசு

வானதி பதிப்பகம்

தமிழ்பண்ணை,
பனகல்பார்க்,
நல்லிசில்க்ஸ் அருகில்,
தி.நகர்.

தேவகோட்டையில இருந்து நான் சென்னைக்கு வந்தது, சின்ன அண்ணாமலை நடத்தின தமிழ்ப்பண்ணை பதிப்பகத்தில எழுத்தர் வேலைக்கு. 60ரூபா சம்பளம். எஸ்.எஸ்.எல்.சி பெயிலாகி, அம்மாக்கிட்ட அடி வாங்கி, கோபத்தில வீட்டை விட்டு கிளம்பினப்போ அரவணைச்சு, தமிழ்ப்பண்ணையில் வேலை வாங்கி தந்தது 'இன்பநிலையம்' சுவாமிநாதன்.

நான் தேவகோட்டைக்காரன். அப்பச்சி ஏகப்பசெட்டியார் என் சின்ன வயசிலேயே பர்மாவுக்கு போயிட்டார். 3 வருஷத்துக்கு ஒரு முறை ஊருக்கு வந்து போவார். அம்மா காளியம்மை ஆச்சி தான் எனக்கு எல்லாம்.

என் பாட்டனார்கள் சிங்கப்பூர்ல 'கொண்டு வித்து' வியாபாரம் செஞ்சவங்க. அப்பச்சியும் அந்த மரியாதைக்கு பங்கமில்லாம வாழ்ந்தார். தேவகோட்டையில 2ஆம் வகுப்பு வரைக்கும் படிச்சேன். 7 வயசிலயே பர்மாவுக்கு கூட்டிட்டு போயிட்டார் பெரியப்பச்சி சாமிநாதன் செட்டியார். முதல்ல பர்மிய மொழி

பள்ளி. எனக்கு ஆங்கிலம் படிக்கிற ஆசை இருந்ததால, அழுது போராடி ரங்கூன்ல இருந்த செட்டியார்ஸ் ரெஸிடென்சியல் ஸ்கூல்ல சேந்துட்டேன்.

100 ஏக்கர்ல விரிஞ்சு கிடந்த அந்த ஸ்கூல தொடங்கி வச்சவர் ராஜா.சர்.அண்ணாமலை செட்டியார். பள்ளிக்கூடம் மாதிரி இல்லாம கிராமத்துக்குள்ள இருக்கிற உணர்வு வரும். குறும்புத்தனத்தை ஓரங்கட்டிட்டு ஒழுங்கா படிச்சேன்.

செட்டிநாட்டில இருந்து ரங்கூனுக்கு தினமும் ஆள் போக்குவரத்துக்கு இருந்துக்கிட்டே இருக்கும். அப்படி வர்றவங்ககிட்ட அம்மா, நிறைய திண்பண்டங்கள் கொடுத்து அனுப்புவாங்க. அதோட, தேவாரம், திருவாசகம், திருக்குறள்னு புத்தகங்களும் இருக்கும்.

ரெண்டாவது உலகப்போர் நடந்த சமயம். பர்மாவும் போருக்குத் தப்பல. திடீர்னு ஒரு நாள் விமானத்தில இருந்து 'உடனே இங்கிருந்து போயிடுங்க...'னு போஸ்டர்களை வீசுனாங்க. உடனடியா பள்ளிக்கூடத்தை மூடிட்டி எங்களை வீட்டுக்கு அனுப்பிட்டாங்க. 'இங்க இருந்தா ஆபத்து. இந்தியா போயிடு'னு பெரியப்பா சொல்லிட்டார். அப்போ எனக்கு 14 வயசு.

பர்மாவிலிருந்து சென்னைக்கு 3000 மைல். கப்பல்ல வரவே 5 நாள் ஆகும். கப்பல் ரூட்டை அடைச்சிட்டாங்க. நடந்து தான் போகணும். இறைவன் மேல பாரத்தைப் போட்டு நடக்க ஆரம்பிச்சேன். மலைப்பாதை. திடீர்னு ஜப்பான் விமானங்கள் வட்டமடிக்கும். பக்கத்தில குண்டு விழும். தண்ணீர் கிடைக்காது. அவுன்ஸ் கணக்குல மூங்கில் கழிகள்ல ஊத்தித்தான் கொடுப்பாங்க. கூட வந்த பல பேர் வழியில இறந்து போனாங்க. 30 நாள் நடந்து தேவகோட்டை வந்து சேந்தேன்.

திரும்பவும் தேவகோட்டை உயர்நிலைப் பள்ளியில சேந்தேன். ராமநாதனு ஒரு நண்பன். ஆர்வமா எழுதக்கூடியவர். ரெண்டு பேரும் சேர்ந்து 'தமிழ்மணம்'னு ஒரு கையெழுத்து இதழ் தொடங்குனோம். கொஞ்ச நாள் ஓடுச்சு. எஸ்.எஸ்.எல்.சி தேர்வில ரெண்டு பேருமே பெயிலானோம். அந்த ராமநாதன் தான் பிற்காலத்தில தமிழ்வாணனா தமிழகத்தை கலக்கினவர்.

தேர்வில பெயிலானது தெரிஞ்சு, அம்மாவுக்கு பயங்கர கோபம். செட்டிப்பிள்ளையா பிறந்துட்டு கணக்கில பெயிலானா கோபம் வரத்தானே செய்யும். நல்லா உதை வாங்கினேன். அந்த உதையால எனக்கு ஏற்பட்ட வலியை விட, அம்மா பெருமைப்படுற மாதிரி ஏதாவது செய்யனுங்கிற எண்ணம் தான் மேலோங்கி இருந்துது.

'யார் காலையாச்சும் புடிச்சு, இந்த படிப்புக்கு தகுந்த ஒரு வேலையை தேடிக்கிட்டுத் தான் வீட்டுக்குள்ள நுழைவே'னு சவால் விட்டுட்டு வெளியே வந்துட்டேன். தமிழ்பண்ணையில மேனேஜரா இருந்த சுவாமிநாதனுக்கு, சூழ்நிலையைச் சொல்லி ஒரு கடிதம் போட்டேன். உடனேயே சென்னைக்கு வரச்சொல்லி வேலையில சேத்து விட்டார் சுவாமிநாதன்.

தமிழ் பண்ணைக்கு கல்கி, ராஜாஜி, ம.பொ.சி, நாமக்கல் கவிஞர் எல்லாம் அடிக்கடி வந்து போவாங்க. எனக்கு கிளர்க் வேலை. ஒரு வருஷம் ஓடுச்சு. திடீர்னு ஒரு நாள் தேவகோட்டை ஆட்கள் எல்லாரையும் வேலையை விட்டு நீக்கிட்டாங்க.

அடுத்து இராம.சடகோபன் நடத்தின தியாகி இதழ், நவயுக பிரசுரலாயனு சில இடங்கள்ல வேலை செஞ்சேன். எல்லாம் கொஞ்சக்காலம் தான்.

நிலைச்சு வேலை பாத்தது வை. கோவிந்தனோட சக்தி காரியாலத்திலதான். கோவிந்தன் நிறைய இதழ்கள் நடத்தினார். அதில அணில் இதழோட ஆசிரியர் தமிழ்வாணன். எனக்கும் அணில்ல தான் வேலை. வியாசராவ் தெருவில ஒரு அறையெடுத்து ரெண்டு பேரும் ஒண்ணாவே தங்குனோம்.

ரெண்டு பேரும் சேர்ந்து சின்ன முதலீட்டில ஒரு பதிப்பகம் ஆரம்பிக்கலாமேனு யோசிச்சோம். ஆளுக்கு 300 ரூபா முதல் போடுவதா முடிவாச்சு. 'ஜில்ஜில் பதிப்பகம்'னு பேர் வச்சோம்.

முதல் வெளியீடு சிரிக்காதே..! அட்டையைப் பார்த்தால் நீங்களும் சிரிப்பீங்க. ஒரு கழுதை பயங்கரமா சிரிச்சிக்கிட்டு காலை விரிச்சு நிக்கிற மாதிரி படம். அடுத்தடுத்து 'அல்வாத்துண்டு', 'சுட்டுத்தள்ளு', 'பயமா இருக்கே'னு வரிசையா புத்தகங்கள் வருது.

சிந்தாதிரிப்பேட்டை தேவி அச்சகத்தில தான் புத்தகங்களை அச்சடிப்போம். அது குமுதம் நிறுவனர் எஸ்.ஏ.பி அண்ணாமலையோட அச்சகம். தொடர்ந்து நாங்கள் புத்தகங்கள் அச்சிடுறதை கவனிச்ச மேனேஜர் பி.வி.பி, 'நாங்க புதுசா ஒரு சிறுவர் இதழ் தொடங்குறோம். தமிழ்வாணன் ஆசிரியரா வருவாரா'னு கேட்டார். தமிழ்வாணன்கிட்ட பேசி சம்மதம் வாங்கினேன்.

60 ரூபா சம்பளம் வாங்கின தமிழ்வாணன், 125 ரூபா சம்பளத்தில கல்கண்டு ஆசிரியரானார். கல்கண்டு எதிர்பார்த்த மாதிரி நல்லா விற்பனையாச்சு. ஆனா, என்னளவில அது வேறு மாதிரி விளைவை ஏற்படுத்துச்சு. தமிழ்வாணன் பதிப்பகத்தில

இருந்து விலக்கிக்க விரும்பினார். 300 ரூபாய் முதல் போட்ட தமிழ்வாணனுக்கு லாபத்தை பிரிச்சு 1500 ரூபா கொடுத்து கணக்கை முடிச்சிட்டு, ராஜாஜி பேர்ல வாடகை நூல் நிலையம் தொடங்கினேன். தமிழ்வாணன்கிட்ட கிடைச்ச அனுபவம் என்னையும் ஒரு சிறுவர் பத்திரிகை தொடங்க தூண்டுச்சு. இதழோட பேரும் ஜில்ஜில் தான். இதழ் நல்லாப் போக, அச்சகம் தொடங்கனுங்கிற எண்ணம் வந்துது.

இதுக்கிடையில, ஊர்ல பெண் பார்த்து கல்யாணத்துக்கு நாள் குறிச்சிட்டாங்க. கல்யாணம் முடிஞ்சு நானும், காளியம்மையும் பிராட்வேயில வீடெடுத்து தங்கினோம். திருமணத்துக்குப் பிறகு இன்னும் ஈடுபாட்டோட இதழியல் வேலைகள்ல இறங்குனேன். அரண்மனைக்காரன் தெருவில அச்சகமும் ஆரம்பிச்சேன். அச்சகம் கையிலயே இருந்ததால கோமாளி, மிட்டாய், வெண்ணிலானு கூடுதலா 3 இதழ்களை கொண்டு வந்தேன். வெண்ணிலா வெளியீடுங்கிற பேர்ல சில புத்தகங்களையும் வெளியிட்டேன். நானும், காளியம்மையும் ராத்திரி, பகல் பார்க்காம வேலை செஞ்சோம்.

இந்த ஆர்வத்தால இன்னொரு சிக்கல் வந்து கதவைத் தட்டுச்சு..! புத்தகங்களை வெளியிட்ட வேகத்துக்கு விற்பனை நடக்கல. நிறைய தேங்கிடுச்சு. கடன் அதிகமாகி அச்சகத்தை பூட்டுற நிலை. காளியம்மையோட நகைகள் ஒவ்வொண்ணா அடகுக்கடைக்குப் போகுது. இதை என் மனைவி அளவுக்கு மாமியார் சீதை ஆச்சி சகிச்சுக்கல. அவங்களோட வார்த்தைகள் என்னை ரொம்பவும் காயப்படுத்திடுச்சு.

இனிமே எழுத்து, பத்திரிகை எதுவுமே வேண்டானு முடிவு பண்ணி, அச்சகத்தை அரு.ராமனாதன்கிட்ட வித்தேன். அந்த இடத்தில ஒரு மெஸ் ஆரம்பிச்சேன். ஆனாலும் எதிர்பார்த்த மாதிரி மெஸ் ஓடல. அதையும் மூடிட்டு காளியம்மையை தேவகோட்டைக்கே அனுப்பிட்டேன்.

அந்த நேரத்தில, தமிழ்வாணன் ஒரு பதிப்பகத்தை ஆரம்பிச்சிருந்தார். அதை நிர்வாகம் செய்ய என்னை கூப்பிட்டார். ஆனா தனியா ஒரு பதிப்பகம் தொடங்கனுங்கிற எண்ணம் எனக்கு. ‘எனக்காக ஒரு புத்தகம் எழுதிக்கொடு’னு தமிழ்வாணன்கிட்ட கேட்டேன். ‘உனக்கு ராசியில்லை. புத்தகம் எழுதித்தர மாட்டே’னு சொல்லிட்டார். கோபத்தில வந்திட்டேன்.

அந்த நேரத்தில துப்பறியும் கதைகளுக்கு நல்ல வரவேற்பு. ஆர். எஸ்.மணினு ஒரு எழுத்தாளரைப் போய் பார்த்தேன். 25 ரூபா கொடுத்து 'வெண்புறா'ங்கிற நாவலை வாங்கினேன். கல்கி மேல இருந்த அபிமானம் காரணமா, அவர் படைச்ச ஒரு பாத்திரத்தோட பெயரான வானதியையே பதிப்பகத்துக்கு பேரா வச்சேன்.

துப்பறியும் கதைகள் காலம் போய், சுயமுன்னேற்றம் ஜனரஞ்சக கதைகள், வரலாற்று நாவல்கள்னு ரசனைக்கு தகுந்த மாதிரி புத்தகங்களை போட்டேன். கார்ல புத்தகத்தை அள்ளிப் போட்டுக்கிட்டு மக்கள் கூடுற இடத்தில போட்டு வித்தேன். திட்டமிட்ட உழைப்பாலயும், அணுகுமுறையாலயும் பதிப்புத்துறையில வானதிக்கு தனி இடம் கிடைச்சுது.

இப்போ, 5000 தலைப்புகளை தாண்டிட்டோம். மகன் ராமநாதன் தான் பதிப்பகத்தை நிர்வகிக்கிறார். பக்கத்தில நின்னு பாக்க மாட்டோமானு ஏங்கின தலைவர்கள், இலக்கியவாதிகளோட புத்தகங்களை எல்லாம் பதிப்பிச்சு வெளியிடுற வாய்ப்பு எனக்குக் கிடைச்சுது. என் 60 வருட பதிப்புத்துறை அனுபவத்தை நிதானமா அசைபோட்டுக்கிட்டே, பேரன், பேத்திகளோட நிறைவா கழியிது பொழுது..!

வியட்நாம் வீடு சுந்தரம்
கதாசிரியர், நடிகர்

கிளப்ஹவுஸ்,
எல்.ஆர்.சுவாமி பில்டிங்,
சிவாவிஷ்ணு கோவில் எதிரில்,
மாம்பலம்.

நான் படிச்ச படிப்புக்கு அதிகப்பட்சம் ஒரு கண்டக்டர் வேலை அல்லது பியூன். இதுதான் அந்த 15வயசுல என் லட்சியம். 'சென்னைக்கு வந்தா ஈசியா வேலை கிடைக்குண்டா'னு பல்லாவரத்தில இருந்த என் அத்தை பையன் சீனு சொன்னதை நம்பி 4.50 பைசாவோட திருச்சியிலருந்து வந்தவன் நான். அந்த காச வச்சு செங்கற்பட்டு வரைக்கும் தான் வரமுடிஞ்சுது. அங்கிருந்து தாம்பரம் வரைக்கும் நடந்தே வந்தேன். தாம்பரம் வந்தப்போ ராத்திரி 1 மணி. ரயில்வே ஸ்டேஷன்ல நின்ன ஒரு ரயில்ல ஏறிப் படுத்திட்டேன். விழிப்பு வந்தப்போ மாம்பலம் ஸ்டேஷன்ல ரயில் நின்னுச்சு. பயந்து போய் இறங்கிட்டேன்.

இன்னைக்கு கடுகைப்போட்டா எண்ணையாகிப்போற ரங்கநாதன் தெருவில மொத்தமா எண்ணினா 10 வீடுகள் தேறாது. ஸ்டேஷனை விட்டு வெளியில வந்தப்போ மனசு முழுக்கப் பயம். சிவா விஷ்ணு கோவில் எதிரில் எங்க ஊரு பாணியில ஒரு கட்டிடம். முகப்புத் திண்ணையில நிறைய பேர் படுத்திருந்தாங்க. காலியாக்

கிடந்த ஒரு மெத்தையில தலைவச்சு படுத்து தூங்கிட்டேன். என் வாழ்க்கையோட போக்கை மாத்தினது அந்த தூக்கம்தான்.

40 பேர் அடங்கிய பெரிய குடும்பம் எங்களோடது. மலைக்கோட்டை பக்கத்தில வீடு. அப்பா பஞ்சநதீஸ்வரன். அம்மா தர்மசம்பவர்த்தினி. அப்பா இருந்த காலங்களைவிட, அவர் இறந்த பிறகுதான் அவர் வாழ்ந்த வாழ்க்கையோட அர்த்தம் புரிஞ்சுது. ரொம்ப பொறுமைசாலி. தன்னைச்சுத்தி எது நடந்தாலும் 'ரியாக்ட்' செய்ய மாட்டார். 90வயது வரைக்கும் வாழ்ந்தார். பணத்தை பெரிசா மதிக்காதவர். யாருக்கும் கஷ்டம் தந்ததில்லை. அவரோட வாழ்க்கைதான் இந்த வயசு வரைக்கும் எனக்குப் பாடமா இருக்கு.

அம்மாவுக்கு பூர்வீகம் தஞ்சாவூர் பக்கமுள்ள பழமார்நேரி. உபகதை சொல்றதும், எதுகை, மோனையோட பேசுறதும் அவங்க இயல்பு. அவங்கதான் எனக்குள்ள 'கிரியேட்டிவிட்டி'யை விதைச்சவங்க. என் சித்தப்பா ராமு. பப்ளிக் பிராசிக்யூட்டர். பிறந்தோம், வாழ்ந்தோம்னு இல்லாம கொள்கையோட வாழனும்னு கத்துக்கொடுத்தது அவர்தான்.

இப்படியான குடும்பச்சூழல்ல பிறந்த நான் 9ம்வகுப்பு வரைக்கும் தான் படிச்சேன். வீட்டில படிக்கச் சொல்லி யாரும் கட்டாயப்படுத்தல. 'உன் வாழ்க்கை உன் கையில்'ங்கிற மாதிரி உலகத்தை கத்துக்கொடுத்துத் தான் வளர்த்தாங்க.

பிழைப்புக்கு ஏதாவது செஞ்சாகனுமேனு யோசிச்சப்பதான் சீனு சென்னைக்கு கூப்பிட்டார். சென்னை அப்போ பெரிய கனவு நகரம். வந்து இறங்கி மாம்பலத்தில, மெத்தையில தலைவச்சுப் படுத்தாச்சு. ஒத்தைப்பைசா கையில இல்லை.

7 மணிக்கு விழிக்கிறேன். எதிர்ல ஒருத்தர் நிக்கிறார். எப்பவும் எனக்கு ஒரு தாழ்வு மனப்பான்மை உண்டு. பெரிய மூக்கு, சின்னவாயி, ஒல்லியான உருவம்னு காமெடியனா என்னை படைச்சிட்டியே ஆண்டவானு சாமி கும்பிடும்போது அழுதிருக்கேன். உலகத்திலயே அசிங்கமானவன் நான்தான்ங்கிறது என் எண்ணம். ஆனா, அங்கே நின்ன நபரைப் பாத்தவுடனே அந்த எண்ணம் போயிடுச்சு. என்னைவிட ஒல்லியா, கருப்பா, என்னைவிட வீக்கா நின்ன அவர், 'யார்றா நீ, எங்கேயிருந்து வர்றே'னு அதட்டினார். 'திருச்சியிலருந்து வர்றேன். அசதியாயிருந்துச்சு, படுத்திட்டேன்'னு சொன்னேன். 'இது வசதியானவங்க படுக்கிற மெத்தை. நீ அசதியா இதுல படுக்கலமா'னு கேட்டார். அவரளவுக்கு நானும்

இடக்கா பேச, 'இந்த கிளப்ஹவுஸ்ல யாரையாவது உனக்குத் தெரியுமா'னு கேட்டார். 'கிளப்ஹவுஸ்' பெயரைக் கேட்டதும்தான் எனக்கு வாலியண்ணன் நினைவுக்கு வந்தார். சின்ன வயசிலயே வாலியண்ணன் எங்க ஏரியாவில நாடகம் போடுவார். அப்போ அவருக்கு வெத்திலை, சீவல் வாங்கிக் கொடுப்பேன். அவர் சென்னை வந்த பிறகு கிளப்ஹவுஸ்ல தங்கியிருக்கார்னு பேசிக்குவாங்க.

நான் வாலி அண்ணனைத் தெரியும்னு சொன்னதும், பேசிவனவரோட தொனிமாறுச்சு. உள்ளே அழைச்சிட்டுப் போய் காப்பி கொடுத்தார். அதுக்குப் பிறகு, ரொம்ப உரிமையா, அவரோட அறையில சங்கமிச்சிட்டேன். சென்னையில என்னை முதன்முதலா அரவணைச்ச அந்த நபர், நாகேஷ். ஒருவாரம் அவரோட அறையில இருந்தேன். அங்க ஸ்ரீகாந்த், தாராபுரம் சுந்தர்ராஜன், வாலியண்ணன் உள்பட பல பேர் இருந்தாங்க. ரொம்ப சீக்கிரமே அவங்களோட ஒட்டிக்கிட்டேன்.

ஒருவாரம் கழிச்சு என் அத்தைபையன் சீனுவைத் தேடிப்போனேன். அவர் வீடு நுங்கம்பாக்கத்தில இருந்துச்சு. சீனு என்னை டன்லப்ல மிஷின் ஆபரேட்டரா சேத்து விட்டார்.

அப்போ நுங்கம்பாக்கத்தில வள்ளுவர்கோட்டம் கட்டப்படல. ரோட்டோரத்தில தூங்குமூஞ்சி மரங்கள் நிறைய இருக்கும். வரிசையா பெஞ்ச் போட்டிருப்பாங்க. ஷிப்ட் வேலைங்கிறதால, பகல்ல அந்த பெஞ்சுல உக்காந்து அரட்டை அடிப்போம். ஒரு நாள், நாங்க உக்காந்திருந்த இடத்துக்கு பக்கத்தில ஒரு கார் பிரேக்டவுன் ஆயிடுச்சு. ஆஜானுபாகுவா ஒருத்தர் இறங்கி, 'டேய் தம்பி வண்டியைக் கொஞ்சம் தள்ளுடா'னார். முன்னப்பின்ன தெரியாத ஒருத்தர் இப்படி உரிமையா கூப்பிடுறாரேனு நினைச்சுக்கிட்டே அவர்கூட சேந்து வண்டியைத் தள்ளி பக்கத்தில இருந்த அவர் வீட்டுக்குள்ள விட்டேன். திரும்பவும் அதே உரிமையோட, 'சாயங்காலம் வீட்டுக்கு வந்திருடா'னார். காரைத் தள்ளி விட்டதுக்காக ஏதாவது தரக்கூப்பிடுவார்னு நினைச்சுக்கிட்டு சாயங்காலமா போனேன். மாடியில, நாகேஷ், சோ, வித்யாவதி, கதாசிரியர் பட்டு எல்லாரும் உக்காந்திருந்தாங்க. என்னைப் பாத்ததும், 'இங்கேயும் நீயாடா'னு கேட்டுச் சிரிச்சார் நாகேஷ். நடந்ததைச் சொன்னேன். உன்னைக் கார் தள்ளச் சொன்னது சாதாரண ஆள் இல்லடா, அவர்தான் ஒய்.ஜி.பார்த்தசாரதி. சரியான இடத்துக்குத் தான் வந்திருக்கே...'னார். ஒய்.ஜி.பி ஒரு பாத்திரத்தைக் கொடுத்து, 'பக்கத்து அய்யர் ஹோட்டல்ல காபி வாங்கியாந்து எல்லாருக்கும் கொடுடா'னார்.

வெ. நீலகண்டன் 149

அந்த நாளுக்குப்பிறகு ஒய்.ஜி.பி வீட்டில என் இருப்பு நிரந்தரமாயிடுச்சு. வேலை நேரம் தவிர மற்ற நேரங்கள்ல அவர் வீட்டிலயே கிடந்தேன். அந்த சூழ்நிலை எழுத்து மேலயும், நாடகம் மேலயும் எனக்கு ஈர்ப்பை உண்டாக்குச்சு. நான் பார்த்த மனிதர்களை எல்லாம் பாத்திரங்களா மாத்துற 'கிரியேட்டிவிட்டி' எனக்கு அங்கிருந்து கிடைச்சுது. திருமதி ராஜலெட்சுமி பார்த்தசாரதி சொந்த மகன் மாதிரி என்கிட்ட பாசம் காட்டினாங்க. ஒய்.ஜி.பி சின்ன, சின்ன பாத்திரங்கள் தந்து நடிக்கவும் வச்சார். நிறைய வாசிக்கவும், எழுதவும் ஆரம்பிச்சேன்.

என் அப்பாவையும், சித்தப்பாவையும் மனசில வச்சு உருவாக்கின பாத்திரம் தான் 'பிரஸ்டீஜ் பத்மநாபய்யர்' பாத்திரம். அது வியட்நாம் போர் நடந்த சமயம். அதனால 'வியட்நாம் வீடு'னு பேர் வச்சு ஒய்ஜிபிக்கிட்ட கொடுத்தேன். 'அடப்போடா...'னு சொல்லி படிச்சுக்கூட பார்க்காம கையில தந்துட்டார்.

அதுக்குக் காரணம், அப்போ யு.ஏ.ஏ நாடக சபாவில ஆஸ்தான கதாசிரியர் பட்டு. அவரைத் தவிர யாரும் கதை எழுத முடியாது. ஒரு நாள், சாப்பிடும்போது, என் தங்கைக்கிட்ட அந்தக்கதையைச் சொன்னேன். அவ பக்கத்து வீட்டு மாமிக்கிட்ட சொல்ல, சிவாஜி நாடகமன்ற நிர்வாகி எஸ்.ஏ.கண்ணன் மூலம் சிவாஜி வரைக்கும் போயிடுச்சு அந்த கதை. ஒரு நாள் சிவாஜிக்கிட்ட கதை சொல்ல கூப்பிட்டாங்க. அந்த நேரத்தில அவர்தான் நாடக உலகத்தோட சக்கரவர்த்தி. நான் 19 வயசு சிறுவன். அவருக்கு எதிரே உக்காந்து கதையை சொல்றேன். பாதி வரைக்கும் உக்காந்து கேட்டவர், அதுக்கு மேல பத்மநாப அய்யராவே மாறி நடிக்க ஆரம்பிச்சார்.

நாடகம் வெற்றிகரமா அரங்கேறுச்சு. முதல்நாளே என்னை மேடைக்கு அழைச்ச சிவாஜி, இனிமே இவன் வெறும் சுந்தரம் இல்லை. 'வியட்நாம் வீடு சுந்தரம்'னார். அந்தக் காலக்கட்டத்தில வியட்நாம் வீடு ஒரு 'டிரெண்ட் செட்டர்'. அந்தக் கட்டத்துக்குப் பிறகு, 'வேலைக்கு போன நேரம் போக மற்ற நேரங்கள்ல என்கூடவே இருடா'னு சொல்லிட்டார் சிவாஜி.

வியட்நாம் வீடு நாடகமான சில நாட்கள்லயே ஒய்.ஜி.பி அழைச்சு 'ஒரு ஸ்கிரிப்ட் கொடுடா'ன்னார். தொடக்கத்தில என் எழுத்தை புறக்கணிச்ச ஒய்.ஜி.பி, கூப்பிட்டு ஸ்கிரிப்ட் கேட்டதில ரொம்ப பெருமை. 'கண்ணன் வந்தான்' குடுத்தேன். அடுத்து, மேஜர் சுந்தர்ராஜனுக்கு 'ஞானஒளி' கொடுத்தேன்.

வியட்நாம் வீடு சினிமா ஆனதுக்குப் பிறகு இன்னும் கொஞ்சம் 'ஸ்டடி' ஆகிட்டேன். எழுத்து ஒரு பக்கம். இது தவிர, பந்துலு, ஜி.என்.வேலுமணி, தேவர் கம்பெனிக்கெல்லாம் கதை விவாதத்துக்கு கூப்பிடுவாங்க. அது வழியா எம்ஜிஆர் அறிமுகம் கிடைச்சுது. சிவாஜி சில காட்சிகளை என்னையே இயக்கவும் சொல்வார். பானுமதியம்மா, கே.ஆர்.விஜயாம்மா எல்லாருக்கும் செல்லப்பிள்ளையாவே இருந்தேன். 'இலவச சட்ட ஆலோசனை மாதிரி இவன்கிட்ட இலவச கதை ஆலோசனை கிடைக்கும்'னு எம்ஜிஆர் சொல்வார். அந்த அளவுக்கு அவர் கூட நெருக்கம் இருந்துது. அந்தக் காலக்கட்டத்தில வெளிவந்த எல்லாப் படத்திலயும் ஏதாவதொரு விதத்தில என்பங்கு இருக்கும். 24 மணி நேரமும் பரபரப்பா இயங்குனேன்.

கண்ணன்வந்தான் கதை 'கௌரவம்' ஆச்சு. நான் தான் இயக்கம். பயணம், கருமாரியம்மன், ஞானப்பறவை, கந்தரலங்காரம்னு நிறைய படங்கள் இயக்கினேன். எம்ஜிஆருக்காக 'நான் ஏன் பிறந்தேன்' எழுதுனேன். சேட்டிலைட் சேனல்கள் பெரிதா அறிமுகமாகாத காலத்திலயே 'ரிஷிமூலம்'னு தூர்தர்ஷனுக்காக ஒரு தொடர் இயக்குனேன். கதை, வசனம், இயக்கம் மட்டுமில்லாம சினிமாவில எல்லாத் தளத்திலயும் டிராவல் பண்ணி, எல்லார்கிட்டயும் வேலை செஞ்சு, அன்புக்கு பாத்திரமானவனா இருந்திருக்கேன்.

சினிமா, நாடகத்துறையில இப்போ மூன்றாவது தலைமுறையைப் பாக்குறேன். இந்த தலைமுறையோட ஆர்வமும், உழைப்பும் பிரமாண்டமா இருக்கு. அவங்களுக்கு இணையா ஓடுறது கொஞ்சம் கஷ்டமாத்தான் இருக்கு. நடிப்பு தவிர நாடகங்களுக்கு நிறைய நேரம் ஒதுக்குறேன். நடிகர் சங்கம் மூலம் ஞான ஒளியை திரும்பவும் நாடகமாக்க சரத்குமாரும், ராதாரவியும் கேட்டிருக்காங்க. வியட்நாம் வீட்டை மகேந்திரன் போட்டுக்கிட்டிருக்கார். 'ஹரிதாஸ் நாயுடு'னு புதுசா ஒரு ஸ்கிரிப்ட் ரெடி பண்ணியிருக்கேன். இப்பவும் கலையுலகம் தேடி வர்ற அளவுக்கு இயங்குறதில ஒரு சந்தோஷம்.

இதையெல்லாம் தாண்டி என்னை நெகிழடிக்கிற சந்தோஷம் ஒன்னு இருக்குனா என் பேரன் ஆர்யா. எனக்கு இன்னமும் கனவா இருக்கிற சில விஷயங்களை என்னைக் காட்டிலும் வீரியமா செய்யக்கூடியவனா அவனைப் பாக்குறேன். எனக்கும் மேல அவனை காலம் முன்னிறுத்தும்னு தீவிரமா நம்புறேன்..!

எமது வெளியீட்டில்
வெ.நீலகண்டன் நூல்கள்

1. ஊர்கதைகள்
2. உறங்கா நகரம்
3. தமிழர் வாழ்வு
4. அந்தர மனிதர்கள்
5. தென்னிந்திய வட்டார உணவுகள் முதல் பாகம்
   தமிழகம் - ஆந்திரா
6. தென்னிந்திய வட்டார உணவுகள் இரண்டாம் பாகம்
   கர்நாடகா - கேரளா
7. கிராமிய இசைக்கருவிகள் - ஒரு பண்பாட்டு வரலாறு